திரையில் இலக்கிய எதிரொலி

சீ.ப.சீனிவாசன்

டிஸ்கவரி பப்ளிகேஷன்ஸ்

எண்: 9, பிளாட் எண்: 1080A, ரோஹிணி பிளாட்ஸ்,
முனுசாமி சாலை, கே.கே.நகர் மேற்கு,
சென்னை-600 078. பேச: 99404 46650

திரையில் இலக்கிய எதிரொலி

ஆசிரியர்: **சீ.ப.சீனிவாசன்**©

THIRAYIL ILAKKIYA EDHIROLI

Author: **CP.Srinivasan**©

வெளியீட்டு எண்: 0190

Printed In India

First Edition: Sep - 2022

ISBN: 978-93-95285-10-0
Pages: 168

Publisher • Sales Rights

Discovery Pablications
No. 9, Plot,1080A, Rohini Flats,
Munusamy Salai,
K.K.Nagar West, Chennai - 600 078.
Mobile: +91 99404 46650

Discovery Book Palace (P) Ltd
No. 1055-B, Munusamy Salai,
K.K.Nagar West,
Chennai - 600 078.
Contact : +91 87545 07070

discoverybookpalace@gmail.com
WWW.DISCOVERYBOOKPALACE.COM

எனது முதல் படைப்பை,

காலஞ்சென்ற தாய்

தெய்வத்திரு சீ.ப.திருபுரசுந்தரி அம்மாள்,

தந்தை திரு சீ.ரு.பழனி ஆகியோருக்குச்

சமர்ப்பிக்கின்றேன்.

அணிந்துரை

வாழ்வினைக் குறித்த ஆழ்ந்த புரிதல் வரும்போது காலம் மறைந்து போகிறது. வாழ்வினூடாக அனுபவங்கள் பெருகும்போது கடந்த காலம், நிகழ்காலம் போன்றவையெல்லாம் மெல்லிய நூலிழையாகின்றன. ஏன், இதைச் சொல்கின்றேன் எனில், சங்க கால இலக்கியம் கூறும் பாடலொன்றின் வரிக்கும் இப்போதுள்ள நம் வாழ்க்கையின் அனுபவத்திற்கும் பெரும் வித்தியாசங்கள் ஏதுமில்லை.

எத்தனையோ நூற்றாண்டுகளுக்கு முன்பு எழுதப்பட்ட கவிதையை இன்று வாழும் ஒருவர் தன்னோடு பொருத்திப் பார்க்கிறார். பொருந்துவதை கண்டு வியக்கின்றார். அதுவும் எப்படியெனில், அந்த சங்ககாலக் கவிஞனின் சொற்களை, இப்போதுள்ள சொற்களால் கவிதைகளால் நம் வாழ்வினை, மனதை அப்படியே வெளிப்படுத்துவதை இந்த நூலில் ஆசிரியர் தரிசிக்கின்றார். காலத்தை தள்ளி வைத்து விட்டு பார்க்கிறார். அப்படி இரு கவிஞர்கள் வெளிப்படுத்துவதை இவரால் கவனிக்க முடிகின்ற கூரறிவு பெற்றிருப்பதால் இவரும் கவிஞராகின்றார்.

இந்த நூல் முழுவதும் எப்படி திரையிசைப்பாடல் சங்கப்பாடல்களின் தாக்கத்தால் எழுதப்படுகின்றது என்பதை கவனியுங்கள்.

எதற்கு இந்த ஆராய்ச்சி என்று கேட்கலாம்? இலக்கியம் எப்போதுமே வாழ்வைக் குறித்தும், மனிதத்தைக் குறித்தும் காலாதீதமாகச் சென்று யோசிக்கக் கூடியது. காலத்தை உடைத்துப்போடும் வலிமை கொண்டது. காளிதாசனும் கம்பனும் பாரதியோடு நேரடியாக நெஞ்சுக்கு நெருக்கமானதெல்லாம் இலக்கியம் எனும் தொடர்பினால்தான்.

சினிமாவோ, புத்தகமோ எந்த ஊடகமாக இருந்தாலும் சரிதான், மிகத் தரமான விஷயங்கள் மிகத்தரமான கலைஞர்கள் ஊடாக வெளிவந்தபடியே இருக்கின்றன. இது கல்வெட்டு காலம் முதல் ஓலைச்சுவடி என்று தொடர்ந்து இன்று கையகல செல்போன் வரை தொடர்கின்றன.

இலக்கியம் படைக்கும் மனம் மட்டுமே இங்கு முக்கியம். அப்படி படைக்கப்படுவதை உற்று கவனித்து அதன் மூல ஊற்றுக்கண்ணை சுட்டும் ரசனையுடைய இலக்கிய மனப்பாங்கை உடையவராக திரு. சீ.ப.சீனிவாசன் அவர்கள் தெரிகிறார்.

கீழே, ஒரு உதாரணப் பாடல்...

தீயினும் வெய்யன் புனலினும் தண்ணியன்
ஆயினும் ஈசன் அருள்அறி வார்இல்லை
சேயினும் நல்லன் அணியன்நல் அன்பர்க்குத்
தாயினும் நல்லபின் தாழ்சடை யோனே.

- திருமந்திரம் - 8

பொருள்

நெருப்பை விடச் சூடானவன், நீரினும் குளர்ச்சி ஆனவன், இருப்பினும் ஈசனின் அருள் தன்மை புரிந்து கொண்டவர் இல்லை. குழந்தையை விடக் குதூகலமானவன், நம் அருகிலேயே இருப்பவன், அன்பானவர்க்குத் தாயை விட இனியவன், தாழ்ந்த சடையைக் கொண்ட ஈசனே.

கண்ணதாசனின் பாடல்

(இப்பாடலின் தாக்கம்)

பாலிலும் வெண்மை பனியிலும் மென்மை
(தீயினும் வெய்யன், புனலினும் தண்ணியன்)
பச்சை இளங்கிளி மொழி நீ சொல்வது உண்மை
பாவிகள் நெஞ்சம் உரைத்திடும் வஞ்சம்
உண்மை என்று சொல்வதற்கு தெய்வமும் அஞ்சும்...
ஆயிரத்தில் ஒருத்தியம்மா நீ...

மேலேயுள்ள பாடல், திருமந்திரத்திலிருந்து எப்படி வெளிப்பாடு கொள்கின்றது என்பதை நமக்குக் காட்டுகிறார்.

இதற்கு அடிப்படையாக நீங்கள் திருமந்திரத்தை அறிந்திருத்தல் அவசியம். அதனூடாக கண்ணதாசனின் படைப்புகளில் ஆழங்காற்பட்டிருப்பதும் முக்கியம். இப்படி இரு துருவங்களையும் நடுவேயிருந்து பார்த்து அந்த இணைப்பு மாயாஜாலத்தை ரசிப்பதுதான் இலக்கிய நேசம்.

எரியெனக் கென்னும் புழுவோ வெனக்கென்னு மிந்த மண்ணுஞ்
சரியெனக் கென்னும் பருந்தோ வெனக்கென்னுந் தான் புசிக்க
நரியெனக் கென்னும்புன் னாயெனக் கென்னுமிந் நாறுடலைப்
பிரிய முடன்வளர்த் தேனித னாலென்ன பேறெனக்கே.

- பட்டினத்தார்

இதோ மேலேயுள்ள பட்டினத்தார் பாடலை புலமைப்பித்தன் எப்படி எளிமையாக்குகிறார் பாருங்கள்.

பிணியார் வருவார் மருந்தார் தருவார்
பிழைப்பார் யார் யாரோ?
உடலார் கிடப்பார் உயிரார் பறப்பார்
துணை யார் வருவாரோ?
நரியார் நாயார் கடிப்பார் முடிப்பார்
நாளைக்கு யார் யாரோ?
பிறந்தார் இருந்தார் நடந்தார் கிடந்தார்
முடிந்தார் யார் யாரோ?
முடிந்தார் யார் யாரோ?
நான் யார் நான் யார் நீ யார்
நாலும் தெரிந்தவர் யார் யார்?

தன்உயிர்க்கு இன்னாமை தான்அறிவான் என்கொலோ
மன்உயிர்க்கு இன்னா செயல்.

- குறள் - 318.

எவ்வகைச் செயல்கள் எல்லாம் தனக்குத் துன்பம் தரும் என்பதை நன்கு அறிந்த ஒருவன், அச்செயல்களை எப்படிப் பிறர்க்குச் செய்கின்றான் என்பது அவனது அறியாமையைக் காட்டுகின்றதோ?

ஆஹா... இந்தக் குறளின் வரிகளை வாலி எப்படி கூர்மை குறையாது இலகுவாக்கித் தருகின்றார் பாருங்கள்...

தன்னைப் போலப் பிறரை எண்ணும்
தன்மை வேண்டுமே
அந்தத் தன்மை வர உள்ளத்திலே
கருணை வேண்டுமே

பொன்னைப் போல மனம் படைத்தால்
செல்வம் வேறில்லை
பொன்னைப் போல மனம் படைத்தால்
செல்வம் வேறில்லை- இதைப்
புரிந்து கொண்ட ஒருவனைப் போல்
மனிதன் வேறில்லை
ஒன்னா இருக்கக் கத்துக்கணும் இந்த
உண்மையைச் சொன்னா ஒப்புக்கணும்...

ஏன் இப்படி கவிஞர்கள் மாற்றுகின்றார்கள் எனும் கேள்வி எழலாம். சங்கப் பாடல்கள் என்பது சூத்திரம் போன்றது. மொழியின் தீவிரமும் கடினமும் அவ்வளவு எளிதில் வளையாது. அதாவது இசை எனும் லய அலைகளில் குறிப்பிட்ட அளவுகளில் வந்து அமராது. வலிந்து இசைக்குள் கொண்டு வந்தால் பாமரனின் செவிக்கு எளிமையானதாக மாறுமா என்பதைச் சொல்ல முடியாது. எல்லா சங்கப் பாடல்களையும் இப்படி சொல்ல முடியாது. ஆனால், திரை யிசைக் கவிஞர்களும், இசையமைப்பாளர்களும் சேர்ந்து அதே சங்கப் பாடல்களை அதன் பொருட்சுவை குன்றாது, அர்த்தம் அனர்த்தம் ஆகாமல் பாதுக்காத்து இசையோடு சேர்ந்து பயணிக்கும் இசைச் சொற்களை எளிமையாக யாத்து திரை யிசையின் அளவுக்கு கொண்டுவந்து கொடுத்து, கேட்போரின் வாழ்வினையே மாற்றும் அளவுக்கு சாகசங்களை செய்து விடுகின்றார்கள். அப்படி தாங்கள் செய்கின்றோம்... செய்தோம் என்று அவர்கள் சொல்லாமலேயே விட்டு விடுகிறார்கள். அவர்கள் சொல்லாமல் விட்டதை, ஏன் இதையெல்லாம் போய் சொல்லிக்கொண்டு விட்டதை இந்த நூலாசிரியர் அழகாக நம் முன் பரப்புகின்றார்.

கடினமான காடுகளுக்குள் நுழைந்து நுகர முடியாத மலர்களை, காண இயலா மரங்களை, பிளந்து மணம் பரப்பி நிற்கும் வேர்ப்பலா போன்ற ருசிமிக்க கனிகளை திரைப்படக் கவிஞர்கள் அநாயாசமாக நம்முன் படையலாக்குகிறார்கள்.

'நல்ல பேரை வாங்க வேண்டும் பிள்ளைகளே...' என்று தொடங்கும் பாடலில்,

விழி போல எண்ணி நம் மொழி காக்க வேண்டும்
தவறான பேர்க்கு நேர்வழி காட்ட வேண்டும்...

என்கிற வரிகள் மூலத்தில் குறளில் எப்படி ஒலிக்கின்றது பாருங்கள்...

எண்ணென்ப ஏனை எழுத்தென்ப இவ்விரண்டும்
கண்ணென்ப வாழும் உயிர்க்கு.

- குறள் - 392.

விழி போல எண்ணி நம் மொழி காக்க வேண்டும்...

இப்போது புரிகின்றதா... இந்த ஆசிரியர் எப்படி நுட்பத்தோடு கவனித்திருக்கின்றார் என்று.

ஈன்ற பொழுதின் பெரிதுவக்கும் தன்மகனைச்
சான்றோன் எனக்கேட்டத் தாய்.

- குறள்- 69.

பட்டுக்கோட்டையார் இதை அப்படியே எப்படி மாற்றிக் காட்டுகிறார் பாருங்கள்.

ஆளும் வளரணும் அறிவும் வளரணும்
அது தான்டா வளர்ச்சி
உன்னை ஆசையோடு ஈன்றவளுக்கு
அதுவே நீ தரும் மகிழ்ச்சி...

இதுபோன்று, இந்த நூல் முழுவதும் முத்துக்கள் பரவி யிருக்கின்றன. அதைப் படித்து அனுபவிக்க வேண்டும். வெறும் பொழுதை மட்டும் போக்குவதல்ல இந்த நூலின் குறிக்கோள். ஆழ்ந்து சிந்திக்கச் செய்வதே இலக்காகும். சங்க நூல்களை இந்த நூற்றாண்டின் மொழி எப்படி இணைக்கின்றது என்று காட்டும் முயற்சியே இந்த நூல்.

திரு. சீ.ப. சீனிவாசன் அவர்கள் பழந்தமிழ் இலக்கியங்களை ஆழமாகக் கற்றவர். பட்டம் பெறுவதற்கு மட்டுமல்லாமல் தமிழின் மீதுள்ள பெருங்காதலால் ஊன்றிக் கற்றவர், கம்பனில் தோய்ந்து எழுந்தவர். திருக்குறள் முழுவதையும் மனனம் செய்து வைத்திருப்பவர். அந்த மனனம் என்பது வெறும் மனப்பாடமாக அல்லாது, அதன் தேறிய பொருளோடு உரைக்கவும் வல்லவர். இவரோடு அமர்ந்து திருக்குறளைக் கேட்டுக்கொண்டிருந்தால் நாட்கள் நகர்வதே தெரியாது. ஒரு குறளை எப்படிப் பார்க்க வேண்டும் என்பது முதல், அதன் ஆழ அகலங்களை நம்மை தரிசிக்கச் செய்துவிடுவார். திருக்குறளுக்கு இவர் ஓர் உரை செய்யும் அளவுக்கு திறன் பெற்றவர். விரைவில் செய்வார் என்று நினைக்கின்றேன்.

ஒரு சில ரத்தினங்களை, ரத்தினத்தில் கொஞ்சம் தேர்ச்சி உள்ளவன் என்கிற தகுதியில் எடுத்துக் காட்டினேன்.

கொஞ்சமாய் ருசி பாருங்களேன் என தொன்னையில் வைத்துக் கொடுக்கும் நெய்ப்பொங்கலே இந்த அணிந்துரை. உள்ளே வழிப்பயணத்திற்குக் கல்யாண விருந்தையே சமைத்துக் கொடுத்திருக்கிறார். ஆர அமர எங்கேனும் மரநிழலில் தென்றலை அனுபவித்துக்கொண்டே உண்ணுங்கள்.

தமிழ் அமிழ்தம் எனும் அனுபவம் கவிதைகளுக்குள் புகும்போதுதான் புரியும். மலைத்தேனை உச்சிக் கிளையிலிருந்து ஜாக்கிரதையாக இறக்கி, வீட்டு முற்றத்தில் நிதானமாக அமர்ந்து சொட்டுச் சொட்டாக அடிநாக்கில் இனிப்பு பரவ அருந்துவதுபோல இந்நூல் இருக்குமெனில் அது மிகையில்லை.

இது அவரின் முதல் புத்தகம் என்றார்.

அப்படியா... நான் அதை நம்பவில்லை.

என்றும் அன்புடன்,

கிருஷ்ணா

(‘ஆன்மிகம்’ பொறுப்பாசிரியர்)

சென்னை,
05.09.2022.

என்னுரை

நம் முன்னோர்கள் எழுதிய தமிழ்ப் படைப்புகளிலிருந்து அதாவது திருக்குறள், கம்பராமாயணம், ஔவையார் பாடல்கள் திருமந்திரம், பட்டினத்தார் பாடல்கள் என இவற்றிலிருந்து தமிழ்த் திரைப்படப் பாடல்கள் உருவாகிய விதத்தை எழுதவேண்டும் என்ற எனது விருப்பம் இன்று நிறைவேறத் தொடங்கி உள்ளது. இறைவனையும், என் பெற்றோர்களையும், என் குலதெய்வமான பெரியாண்டவரையும் மனதில் நிறுத்தி எழுதத் தொடங்கி உள்ளேன். குற்றம் இருப்பின் மன்னிக்கவும் என்னைத் தொடர்பு கொண்டு தவறைச் சுட்டிக் காட்டினால் பிழையைத் திருத்துவதோடு மட்டுமல்லாமல் நானும் கற்றுக் கொள்வேன்.

என்னை இப்படி எழுதத் தூண்டிய என் மனைவி, நண்பர்கள், உறவினர்களுக்கு நன்றி தெரி வித்துக்கொள்கிறேன். என் முகநூலில் நான் பதிவிட்ட நேரத்தில் எனக்குக் கிடைத்த பாராட்டே என்னை புத்தகமாக எழுதத் தூண்டியது.

திரைப்படப் பாடல்களில் இலக்கிய பாடல்களில் வரும் வரிகளைக் கையாள்வதிலும், கருத்துக்களைக் கையாள்வதிலும் உள்ள ஒப்புமையை நாம் காணலாம்.

என் பார்வையில் இந்த ஒப்புமையைக் காண்கிறேன். திரைப்படப் பாடலாசிரியர்கள் இதனைப் படித்தும் எழுதி இருக்கலாம் அல்லது இயல்பாகவும் அமைந்து இருக்கலாம்.

எப்படி இருந்தாலும் நமக்கு எளிமையாகப் புரியும் வண்ணம் பாடலை வடிவமைத்து இருப்பது அவர்களின் திறமையைக் காட்டுகின்றதே தவிர வேறொன்றுமில்லை.

இதில் பாரதியார், பாரதிதாசன் போன்றோரின் பாடல்கள் அப்படியே எடுத்துக் கையாளப்பட்டது,

அனைவரும் அறிந்ததே. பாரதியார் - பாரதிதாசனின் பெருமையைப் பரப்பும் திரைத்துறையை நாம் பாராட்டியே ஆக வேண்டும்.

சில இலக்கியப் பாடல்கள் திரைப்படப் பாடல்களின் பொருளுக்கு நெருக்கமாக இருப்பது என் மனதிற்குத் தோன்றி இருப்பதையும் இங்கே பதிவிட்டு உள்ளேன். ஒவ்வொரு திரைப்படப் பாடலையும் ஆழ்ந்து நோக்கினால், இலக்கிய பாடல்களின் பொருளை எளிமையாகக் கொடுத்தது மட்டுமல்ல, நன்றாக இரசிக்கவும் செய்யலாம்.

எனக்குப் பிடித்த இலக்கிய பாடல்களுக்கு ஒப்பான திரை இசைப் பாடல்களைத் தேடித் தேடி பதிவிட்டு இருக்கின்றேன். பல இடங்களில் பாடலின் வரிகள் மிகவும் பிடித்தமையால் மீதி வரிகளையும் எழுதி இருப்பேன். படிப்பவர் இரசிக்கட்டும் என்ற எண்ணம் தான். நான் பெற்ற இன்பம் பெறுக இவ்வையகம்.

அன்புடன்,
சீ.ப.சீனிவாசன்.

திரையில் இலக்கிய எதிரொலி

1. **வேண்டுதல் வேண்டாமை இலான்அடி சேர்ந்தார்க்கு**
   யாண்டும் இடும்பை இல.

- (குறள் 4)

பொருள்

விருப்பும், வெறுப்பும் அற்ற இறைவனது திருவடியை நாடியவர்க்கு, எங்கும் எப்பொழுதும் துன்பங்கள் வந்து சேராது.

திரைப்படப் பாடல்

வேண்டுதல் வேண்டாமை அற்றமைச் சுடராய்
வேண்டுதல் வேண்டாமை அற்றமைச் சுடராய்
விளக்கிட முடியாத தத்துவப் பொருளாய்
விளக்கிட முடியாத தத்துவப் பொருளாய்
ஆண்டவன் ஒருவன் இருக்கின்றான்
அவன் அன்பு மனங்களில் சிரிக்கின்றான்...

திரைப்படம் **- நல்லவன் வாழ்வான்**

பாடலாசிரியர் **- ஆத்மநாதன்**

2. காலினுள் ஊறும் கரும்பினில் கட்டியும்
பாலினுள் நெய்யும் பழத்துள் இரதமும்
பூவினுள் நாற்றமும் போலுளன் எம்மிறை
காவலன் எங்கும் கலந்து நின்றானே.

- திருமந்திரம் 2639

பொருள்

காற்றோடு விலக்க முடியாத தென்றலை உடலைத் தழுவி அது செல்லும் போது உண்டாகும் இனிய உணர்வும், கரும்புள்ளே கலந்து இருக்கும் இனிப்புச் சுவையும், பாலுக்குள்ளே மறைந்துள்ள நெய்யும், பழத்தோடு பொருந்தி இருக்கும் தித்திப்புச் சுவை தரும் சாறும், பூவைவிட்டு விலகாது அதனோடு இரண்டறக் கலந்து இருக்கும் மணம் போல அனைத்து உயிர்களிலும் எம் இறைவன் உணர்வோடு ஒன்றிக் கலந்து இருக்கின்றான்.

இரண்டு திரைப்படப் பாடல்கள்

திரைப்படப் பாடல் - 1

காற்றில் மிதக்கும் ஒலிகளிலே
கடலில் தவழும் அலைகளிலே
இறைவன் இருப்பதை நானறிவேன்
என்னை அவனே தானறிவான்
இறைவன் இருப்பதை நானறிவேன்
என்னை அவனே தானறிவான்...
உலகம் பிறந்தது எனக்காக
ஓடும் நதிகளும் எனக்காக

திரைப்படம் - பாசம்

பாடலாசிரியர் - கவிஞர் **கண்ணதாசன்.**

திரைப்படப் பாடல் - 2

அவன் பூவிரியும் சோலையிலே மணப்பான்
இசைப் பூங்குயிலின் தேன் குரலில் இருப்பான் - 2
குளிர் மேகமென தாகத்தையே தணிப்பான்
தளிர் கொடி விளையும் கனிகளிலே இனிப்பான் - 2
பாசமுள்ள பார்வையிலே கடவுள் வாழ்கிறான்
அவன் கருணை உள்ள நெஞ்சினிலே கோயில் கொள்கிறான்
இதோ எந்தன் தெய்வம் முன்னாலே
நான் ஒரே ஒரு புன்னகையில் கண்டேனே...

திரைப்படம் - பாபு

பாடலாசிரியர் - கவிஞர் வாலி

3. **தீயினும் வெய்யன் புனலினும் தண்ணியன்**
ஆயினும் ஈசன் அருள்அறி வார் இல்லை
சேயினும் நல்லன் அணியன்நல் அன்பர்க்குத்
தாயினும் நல்லபின் தாழ்சடை யோனே.

- திருமந்திரம் 8

பொருள்

நெருப்பைவிடச் சூடானவன் நீரினும் குளிர்ச்சி ஆனவன் இருப்பினும் ஈசனின் அருள் தன்மை புரிந்துகொண்டவர் இல்லை. குழந்தையைவிடக் குதுகலமானவன், நம் அருகிலேயே இருப்பவன் அன்பானவர்க்குத் தாயைவிட இனியவன், தாழ்ந்த சடையைக் கொண்ட ஈசனே.

இப்பாடலின் தாக்கத்தை கண்ணதாசன் தன் பாடலில் கையாண்ட விதம்...

திரைப்படப் பாடல்

பாலிலும் வெண்மை பனியிலும் மென்மை
பாலிலும் வெண்மை பனியிலும் மென்மை
பச்சை இளங்கிளி மொழி நீ சொல்வது உண்மை
பாவிகள் நெஞ்சம் உரைத்திடும் வஞ்சம்
உண்மை என்று சொல்வதற்கு தெய்வமும் அஞ்சும்
தேன் என்ற சொல் என்றும் தேன் ஆகுமா?
தீ என்று சொன்னாலும் தீ ஆகுமோ?
ஆயிரத்தில் ஒருத்தி அம்மா நீ
உலகம் அறிந்திடாத பிறவி அம்மா நீ...
தீயினும் வெய்யன் புனலினும் தண்ணியன்
பாலிலும் வெண்மை பனியிலும் மென்மை
அழகாக கையாண்டிருக்கிறார் கவிஞர்.

திரைப்படம் - **கைகொடுத்த தெய்வம்**
பாடலாசிரியர் - **கவிஞர் கண்ணதாசன்.**

4. ஒரு மடமாதும் ஒருவனுமாகி இன்ப சுகந்தரும்
அன்புபொருந்தி உணர்வுகலங்க ஒழுகிய விந்து
ஊறுசுரோணித மீது கலந்து
பனியிலொர்பாதி சிறுதுளிமாது பண்டியில்வந்து புகுந்து
திரண்டு பதுமவரும்பு கமடமிதென்று
பார்வைமெய்வாய்செவி கால்கைகளென்ற
உருவமுமாகி உயிர்வளர்மாத மொன்பது மொன்றுநி
றைந்துமடந்தை உதரமகன்று புவியில் விழுந்து
யோகமும் வாரமு நாளுமறிந்து

- பட்டினத்தாரின் உடற்கூற்று வண்ணம்

பொருள்

தலைவனும் தலைவியும் அல்லது கணவனும் மனைவியும் ஒருவர் மீது ஒருவர் அன்பு கொண்டு மகிழ்ந்து உறவு கொண்டதன் விளைவாக ஆடவனின் விந்து பெண்ணின் உறுப்பினுள் சென்று கருவுற்று கண், உடல், வாய், காது, கால், கை என்று உருவங்களைப் பெற்று உயிர் வளர்ந்து அன்னையின் உடலில் ஒன்பது மாதம் வளர்ந்து முடிந்து அன்னையை விட்டுப் பிரிந்து புவியிலே பிறக்கின்றது.

இதனை மிக எளிமையாக நம் கவிஞர் பாடலாக எழுதிய விதம் அழகோ அழகு.

திரைப்படப் பாடல்

உடலூரில் வாழ்ந்திருந்தேன்
உறவூரில் மிதந்திருந்தேன்
உடலூரில் வாழ்ந்திருந்தேன்
உறவூரில் மிதந்திருந்தேன்
கருவூரில் குடிபுகுந்தேன்
மண்ணூரில் விழுந்துவிட்டேன்
கருவூரில் குடிபுகுந்தேன்
மண்ணூரில் விழுந்துவிட்டேன்

மகளிர்கள் சேனை தரவணையாடை மண்படவுந்திய
தைந்து கவிழ்ந்து மடமயில் கொங்கை அமுதமருந்தி
ஓரறிவு ஈரறிவுவாகிவளர்ந்து
ஒளிநகையூற லிதழ்மடவாரு முவந்து முகந்திட
வந்து தவழ்ந்து மடியிலிருந்து மழலைமொழிந்து
வாவிரு போவென நாமம் விளம்ப
உடைமணியாடை அரைவடமாட உண்பவர்
திண்பவர் தங்களொடுண்டு தெருவிலிருந்து புழுதியளைந்து
தேடியபாலரொ டோடிநடந்து
அஞ்சுவயதாகி விளையாடியே
உயர்தருஞான குருவுபதேச மும்தமிழின்கலை
யும்கரைகண்டு வளர்பிறையென்று பலரும் விளம்ப
வாழ் பதினாறு பிராயமும் வந்து...

-பட்டினத்தாரின் உடற்கூற்று வண்ணம்

பொருள்

பலரால் கையில் எடுத்துக் கொஞ்சி விளையாடி முத்தம் பெற்று தவழ்ந்து ஓடி தாயின் மடியில் வளர்ந்து, வா, போ என பேசக் கற்று, அம்மா என்று மொழிந்து பல அணிகலன்களை அணிந்து தெருவில் ஓடி ஆடி விளையாடி, உணவு ஊட்டப்பட்டு, புழுதி பட்டு விழுந்து எழுந்து ஐந்து வயதைக் கடந்து, தலைசிறந்த குருவிடம் பயின்று, தமிழின் கரை கண்டு அனைத்து வகை சாத்திரங்களையும் கற்று, உபதேசம் பெற்றுத் தெளிந்து, வளர்பிறைச் சந்திரன் என்று சொல்லுமாறு நாளொரு வண்ணமாய் வளர்ச்சிபெற்று, வயது பதினாறு நிரம்ப...

திரைப்படப் பாடல்

கண்ணூரில் தவழ்ந்திருந்தேன்
கையூரில் வளர்ந்திருந்தேன்
காலூரில் நடந்து வந்தேன்
காளையூர் வந்து விட்டேன்...
எந்த ஊர் என்றவனே
இருந்த ஊரைச் சொல்லவா
அந்த ஊர் நீயும் கூட
அறிந்த ஊர் அல்லவா

திரைப்படம் - **காட்டு ரோஜா**
பாடலாசிரியர் - **கவிஞர் கண்ணதாசன்**

5. மாதாவுடல் சலித்தாள் வல்வினையேன் கால்சலித்தேன்
வேதாவுங் கைசலித்து விட்டானேநாதா
இருப்பையூர் வாழ்சிவனே இன்னுமோர் அன்னை
கருப்பையூர் வாராமற் கா.

- பட்டினத்தார் 165

பொருள்

என்னைப் பெற்ற எத்தனையோ தாய்மார்கள் உடல் சலித்து விட்டார்கள். தீவினை செய்த நானும் கால் ஓய்ந்து விட்டேன். என்னைப் படைத்த பிரம்மனும் கை சலித்து விட்டான். நாதா இருப்பையூரில் வாழும் சிவனே, மீண்டும் ஓர் அன்னை வழி தோன்றாது என் பிறப்பறுத்து என்னை ஏற்றுக்கொண்டு காக்க வேண்டும்.

திரைப்படப் பாடல்

பெற்றவள் உடல் சலித்தாள்
பேதை நான் கால் சலித்தேன்
படைத்தவன் கை சலித்து ஓய்ந்தானம்மா
அம்மா அம்மம்மா
மீண்டும் பாவி ஒரு தாய் வயிற்றில் பிறவேனம்மா
மீண்டும் பாவி ஒரு தாய் வயிற்றில் பிறவேனம்மா...
தாய் தந்த பிச்சையிலே பிறந்தேனம்மா
இன்று நீ தந்த பிச்சையிலே வளர்ந்தேனம்மா.

திரைப்படம் - **சரஸ்வதி சபதம்**
பாடலாசிரியர் - **கவிஞர் கண்ணதாசன்**

6. இரந்தும் உயிர்வாழ்தல் வேண்டின் பரந்து

கெடுக உலகுஇயற்றி யான்.

- குறள் - 1062

பொருள்

எவ்வளவு முயன்றும் உயிர் வாழ முடியாமல் இரந்துதான் (பிச்சை எடுத்துதான்) ஒருவன் உயிர் வாழும் நிலை ஏற்படுமாயின், இவ்வுலகைப் படைத்தவன் அலைந்து கெடுவானாக.

திரைப்படப் பாடல்

பத்தும் பறந்திடும் பசி வந்தால் மறந்திடும்
இளமையில் கொடுமை இந்த வறுமையம்மா
அம்மா அம்மம்மா...
பத்தும் பறந்திடும் பசி வந்தால் மறந்திடும்
இளமையில் கொடுமை இந்த வறுமையம்மா
என்றும் இதுதான் நீதி என்றால்
இறைவன் வேண்டுமா
என்றும் இதுதான் நீதி என்றால்
இறைவன் வேண்டுமா
தாய் தந்த பிச்சையிலே பிறந்தேனம்மா
இன்று நீ தந்த பிச்சையிலே வளர்ந்தேனம்மா
ஏன் இந்த வாழ்க்கை என்று அறியேனம்மா
இது இறைவனுக்கு ஓய்வு நேர விளையாட்டம்மா...

திரைப்படம் - **சரஸ்வதி சபதம்**
பாடலாசிரியர் - கவிஞர் **கண்ணதாசன்**

7. தாழாத் தளராத் தலைநடுங்காத் தண்டுண்றா
வீழா இறக்கும் இவள்மாட்டும் காழ்இலா
மம்மர்கொள் மாந்தர்க் கணங்காகும் தன்கைக்கோல்
அம்மனைக்கோல் ஆகிய ஞான்று.

நாலடியார் 14

பொருள்

வளையாது நிமிர்ந்து நின்ற உடல் வளைந்து கூனிக் குறுகும் கை நடுங்கும், நேராக நிற்க இயலாது. கோலூன்றி நடக்க வேண்டிய நிலை வந்து சேரும். உடல்நலம் குன்றி இருக்கும் நிலையில் இருக்கிறாள். ஆனால் இவள் தாய் இளமையோடு இருக்கும்போது அழகில் மயங்கும் எத்தனை வாலிப உள்ளங்களை அதட்டி மிரட்டி அடக்கியிருப்பாள் என்பதை எண்ணிப் பார்த்தால் இளமையின் நிலையாமையும், முதுமையின் தவிப்பும் புரியுமல்லவா?

திரைப்படப் பாடல்

கட்டழகு மேனியைப் பார் பொட்டும் பூவுமா
நீட்டிக் கட்டையிலே படுத்துவிட்டா காசுக்காகுமா
கட்டழகு மேனியைப் பார் பொட்டும் பூவுமா
நீட்டிக் கட்டையிலே படுத்துவிட்டா காசுக்காகுமா
வட்டமிடும் காளையைப் பார் வாட்டசாட்டமா
வட்டமிடும் காளையைப் பார் வாட்டசாட்டமா
கூனி வளைஞ்சிவிட்டா உடம்பு இந்த ஆட்டம்போடுமா
கூனி வளைஞ்சிவிட்டா உடம்பு இந்த ஆட்டம்போடுமா

பாத்தா பசுமரம் படுத்துவிட்டா நெடுமரம்
சேர்த்தா விறகுக்காகுமா ஞானத் தங்கமே
தீயிலிட்டாக் கரியும் மிஞ்சுமா ஞானத் தங்கமே
தீயிலிட்டாக் கரியும் மிஞ்சுமா

திரைப்படம் - **திருவிளையாடல்**
பாடலாசிரியர் - **கவிஞர் கண்ணதாசன்**

8. **இன்னா இளமை வறுமை வந்து எய்தியக்கால்**
இன்னா அளவில் இனியவும் இன்னாத
நாள் அல்லா நாள்பூத்த நன் மலரும் போலுமே
ஆள் இல்லா மங்கைக்கு அழகு.

- மூதுரை 3 - ஔவையார்

பொருள்

வாலிபத்தில் வறுமையும் முதுமையில் செல்வமும் உண்டானால் அதனால் துன்பமே விளையும் இன்பத்தை காண இயலாது: தேவை இல்லாத நேரத்தில் மலரை யார் சூடிக்கொள்வார்? கணவனைப் பெற்றிராத மங்கை என்னதான் அழகோடு திகழ்ந்தாலும் அந்த அழகினால் பயன் என்ன?

அற்றாக்கொன்று ஆற்றாதான் செல்வம் மிகநலம்
பெற்றாள் தமியள்மூத் தற்று.

- குறள் - 1007

பொருள்

ஏதும் இல்லாதவருக்கு எதுவும் கொடுத்து உதவாதவன் செல்வம், மிகவும் அழகிய பெண் திருமணம் செய்யாமல் தனிமையிலேயே வாழ்ந்து முதியவள் ஆனதற்கு ஒப்பாகும். அதாவது, அவர்களால் யாருக்கும் பயன் இல்லை.

திரைப்படப் பாடல் 1

பேரழகிருந்தென்ன ஓர் இரசிகன் இல்லாமல்
தேன் நிறைந்திருந்தென்ன பொன் வண்டு வராமல்
பேரழகிருந்தென்ன ஓர் ரசிகன் இல்லாமல்
தேன் நிறைந்திருந்தென்ன பொன் வண்டு வராமல்
என்ன பெண்மை என்ன மென்மை
இன்பம் இல்லாமல் நினைத்தால்
எனக்கே சிரிப்பு வரும் சமயத்திலே
என்னதான் ரகசியமோ இதயத்திலே
நினைத்தால் எனக்கே சிரிப்பு வரும் சமயத்திலே

திரைப்படம் - **இதயக்கமலம்**
பாடலாசிரியர் - **கவிஞர் கண்ணதாசன்**

திரைப்படப் பாடல் 2

மலரே குறிஞ்சி மலரே- மலரே குறிஞ்சி மலரே
தலைவன் சூட நீ மலர்ந்தாய்
பிறந்த பயனை நீ அடைந்தாய்

யார் மடி சுமந்து தான் பிறந்தாலும்
தாய் மடி மறந்து தலைவனைச் சேரும்
பெண் என்னும் பிறப்பல்லவோ
கொடி அரும்பாக செடியினில் தோன்றி
கோவிலில் வாழும் தேவனைச் சேரும்
மலரே நீ பெண் அல்லவோ
தலைவன் சூட நீ மலர்ந்தாய்
பிறந்த பயனை நீ அடைந்தாய்
மலரே. குறிஞ்சி மலரே.

திரைப்படம் - **டாக்டர் சிவா**
பாடலாசிரியர் - **கவிஞர் வாலி**

** முதலில் எனக்கு இந்தப் பாடலில் ஆணாதிக்கம் இருப்பதாக உணர்ந்தேன். பிறகு ஔவையின் பாடலையும் வள்ளுவனின் குறளையும் படித்தபிறகு நான் நினைத்தது தவறு என்பதை உணர்ந்தேன். இரு பாடல்களையும் இரசித்தேன்*

9. **இருநோக்கு இவளுண்கண் உள்ளது ஒருநோக்கு**
நோய்நோக்குஒன்று அந்நோய் மருந்து.

- குறள் - 1091

பொருள்

இவள் மையுண்ணும் கண்களில் இருவகைப் பார்வைகள் உள்ளன. ஒன்று என்னிடத்து நோய் செய்யும் பார்வை. மற்றொன்று அந்நோய்க்கு மருந்தாகும் பார்வை.

திரைப்படப் பாடல் 1

விருந்தும் மருந்தும் உன் கண்ணல்லவா
இருந்தும் மறைத்தேன் நான் பெண்ணல்லவா
விருந்தும் மருந்தும் உன் கண்ணல்லவா
இருந்தும் மறைத்தேன் நான் பெண்ணல்லவா...
ஒரு ராஜாராணியிடம் வெகு நாளாக
ஆசை கொண்டான்
அவன் வேண்டும் வேண்டும் என்றான்
அவள் நாளை நாளை என்றாள்...

திரைப்படம் - **சிவந்தமண்**
பாடலாசிரியர் - கவிஞர் **கண்ணதாசன்**

திரைப்படப் பாடல் 2

விருந்து என்றாலும் வரலாம் வரலாம்
மருந்து தந்தாலும் தரலாம்
விருந்து என்றாலும் வரலாம் வரலாம்
மருந்து தந்தாலும் தரலாம்
இதில் நாளை என்ன நல்ல வேளை என்ன
இங்கு நான்கு கண்களும் உறவாட
இங்கு நான்கு கண்களும் உறவாட....

விழியே விழியே உனக்கென்ன வேலை
விருந்துக்கு வரவா நாளைக்கு மாலை
தூது சொல்லடி மெதுவாக - நீ
தூது சொல்லடி மெதுவாக

திரைப்படம் **புதிய பூமி**
பாடலாசிரியர் **கவிஞர் கண்ணதாசன்**

**10. உடம்பொடு உயிரிடை என்னமற் றன்ன
மடந்தையொடு எம்மிடை நட்பு**

- குறள் - 1122

பொருள்

என் தலைவிக்கும் எனக்கும் உள்ள நட்பின் நெருக்கமானது உடலுக்கும் உயிருக்கும் உள்ள நெருக்கத்திற்குச் சமமானது. உடலை விட்டு உயிர் பிரிந்தால் உடல் கெட்டு விடும் அதுபோல் என் தலைவியை விட்டு நான் பிரிந்தால் என்னால் உயிர் வாழ முடியாது.

திரைப்படப் பாடல்

கடல் ஆனால் நதி ஆவேன்
கணை ஆனால் வில் ஆவேன் நீ
கடல் ஆனால் நதி ஆவேன்
கணை ஆனால் வில் ஆவேன்
உடல் ஆனால் உயிர் ஆவேன்
ஒலி ஆனால் இசை ஆவேன்
உடல் ஆனால் உயிர் ஆவேன்
ஒலி ஆனால் இசை ஆவேன் - நீ
ஒலி ஆனால் நான் இசை ஆவேன்...
கண் ஆனால் நான் இமை ஆவேன்
காற்று ஆனால் நான் கொடி ஆவேன்
மண் என்றால் நான் மரம் ஆவேன்
மழை என்றால் நான் பயிர் ஆவேன்...

திரைப்படம் - சாரதா
பாடலாசிரியர் - கவிஞர் கண்ணதாசன்

11. **யான்நோக்கும் காலை நிலன்நோக்கும் நோக்காக்கால்**
தான்நோக்கி மெல்ல நகும்

- குறள் - 1094

பொருள்

நான் அவளைப் பார்க்கும் பொழுது அவள் தலை குனிந்து நிலத்தைப் பார்ப்பாள். நான் அவளை பார்க்காத சமயத்தில் அவள் என்னைப் பார்த்து மெல்ல சிரிப்பாள்.

திரைப்பட பாடல் 1

உன்னை நான் பார்க்கும் போது
மண்ணை நீ பார்க்கின்றாயே..
உன்னை நான் பார்க்கும் போது
மண்ணை நீ பார்க்கின்றாயே.
விண்ணை நான் பார்க்கும் போது
என்னை நீ பார்க்கின்றாயே
விண்ணை நான் பார்க்கும் போது
என்னை நீ பார்க்கின்றாயே
நேரிலே பார்த்தால் என்ன
நிலவென்ன தேய்ந்தா போகும்
புன்னகை புரிந்தால் என்ன
பூ முகம் சிவந்தா போகும்

நேற்று வரை நீ யாரோ நான் யாரோ
இன்று முதல் நீ வேறோ நான் வேறோ
காணும் வரை நீ எங்கே நான் எங்கே
கண்டவுடன் நீ எங்கே நான் அங்கே

திரைப்படம் - **வாழ்க்கைப்படகு**
பாடலாசிரியர் - **கவிஞர் கண்ணதாசன்**

திரைப்படப் பாடல் 2

நானோ கண் பார்த்தேன்
நீயோ மண் பார்த்தாய்
பேசவா பெண்ணே
நாள் பார்ப்போம் பின்னே
நானோ கண் பார்த்தேன்...

இது என்ன கூத்து அதிசயமோ
இளநீர் காய்க்கும் கொடி இதுவோ
இது என்ன கூத்து அதிசயமோ
இளநீர் காய்க்கும் கொடி இதுவோ
பருவம் அடைந்தால் ஒரு பஞ்சம் இல்லை
அடடா பிரம்மன் அவன் கஞ்சன் இல்லை
நீயே அழகின் எல்லை

நானோ கண் பார்த்தேன்
நீயோ மண் பார்த்தாய்
பேசவா பெண்ணே
நாள் பார்ப்போம் பின்னே...

திரைப்படம் - **புதியவன்**
பாடலாசிரியர் - **கவிஞர் வைரமுத்து**

12. **குறிக்கொண்டு நோக்காமை அல்லால் ஒருகண்**
சிறக்கணித்தால் போல நகும்.

- குறள் -1095

பொருள்

என்னை நேருக்கு நேர் பார்க்காமல் ஒரு கண்ணால் பக்கமாகச் சாய்த்து என்னைப் பார்த்து தனக்குள் சிரித்துக் கொள்வாள்.

திரைப்படப் பாடல்

ஒரு பக்கம் பாக்குறா
ஒரு கண்ணை சாய்க்கிறா
அவ உதட்டை கடிச்சிக்கிட்டு
மெதுவாக சிரிக்குறா சிரிக்குறா சிரிக்குறா!!
ஒரு பக்கம் பாக்குறா
ஒரு கண்ணை சாய்க்கிறா
அவ உதட்டை கடிச்சிக்கிட்டு
மெதுவாக சிரிக்குறா சிரிக்குறா சிரிக்குறா!!

திரைப்படம் - **மாட்டுக்கார வேலன்**
பாடலாசிரியர் - **கவிஞர் கண்ணதாசன்**

13. அற்ற குளத்தில் அறுநீர்ப் பறவைபோல்
உற்றுழித் தீர்வார் உறவு அல்லர்: அக்குளத்தில்
கொட்டியும் ஆம்பலும் நெய்தலும் போலவே
ஒட்டி உறுவார் உறவு

- மூதுரை 17- **ஔவையார்**

பொருள்

நீர் வற்றிய காலத்திலே குளத்தை விட்டுச் செல்லும் நீர் பறவைகள் போல் துன்பம் நேரும் காலத்தில் நம்மை விட்டு பிரிந்து செல்லும் உறவினர் நல்ல உறவினர் ஆகார். அதேவேளையில் அந்நேரத்தில் கொட்டியும், ஆம்பலும், நெய்தல் போன்ற பூக்கள் குளத்திலே இருந்து வாடுவது போல துன்ப காலத்திலும் நம்முடன் உள்ள உறவினரே சிறந்த உறவினர் ஆவர்.

திரைப்படப் பாடல்

குளத்திலே தண்ணி இல்லே
கொக்கும் இல்லே மீனும் இல்லே
குளத்திலே தண்ணி இல்லே
கொக்கும் இல்லே மீனும் இல்லே
பெட்டியிலே பணம் இல்லே
பெத்த புள்ளே சொந்தம் இல்லே

யாரை நம்பி நான் பொறந்தேன்
போங்கடா போங்க
என் காலம் வெல்லும்
வென்ற பின்னே வாங்கடா வாங்க...

திரைப்படம் - **எங்க ஊர் ராஜா**
பாடலாசிரியர் - **கவிஞர் கண்ணதாசன்**

14. மாதர் நின்கண் போதெனச் சேர்ந்து
தாதுண் வண்டின மீதுகடி செங்கையின்
அஞ்சிறை விரிய...

- மணிமேகலை

பொருள்

வண்டுகள் சில மணிமேகலையின் கண்களை மலர் என நினைத்து அருகே வந்து மொய்க்க அவள் அவற்றை தன் கையினாலேயே ஓட்டச் சுதமதி அதனைக் கண்டு இவ்வாறு கூறுகிறாள்

திரைப்படப் பாடல்

பொன் வண்டொன்று மலரென்று முகத்தோடு மோத
நான் வளை கொண்ட கையாலே மெதுவாக மூட
என் கருங்கூந்தல் கலைந்தோடி மேகங்களாக
நான் பயந்தோடி வந்தேன் உன்னிடம் உண்மை கூற

என் கருங்கூந்தல் கலைந்தோடி மேகங்களாக
நான் பயந்தோடி வந்தேன் உன்னிடம் உண்மை கூற
நீ இல்லாமல் யாரோடு உறவாட வந்தேன்
உன் இளமைக்குத் துணையாக தனியாக வந்தேன்....

நான் மலரோடு தனியாக ஏன் இங்கு நின்றேன்
என் மகாராணி உனைக் காண ஓடோடி வந்தேன்...

திரைப்படம் - **இரு வல்லவர்கள்**
பாடலாசிரியர் - **கவிஞர் கண்ணதாசன்**

15. **பதிமருண்டு பைதல் உழக்கும் மதிமருண்டு**
மாலை படர்தரும் போழ்து.

- குறள் - 1229

பொருள்

என் அறிவை மயக்கும் மாலைப் பொழுது இந்த ஊரையே மயக்கித் துன்பத்தில் ஆழ்த்துவது போல் எனக்கு தோன்றியது.

திரைப்படப் பாடல்

மாலை வரும் மயக்கம் என்ன மயக்கம்
காலை வரும் வரைக்கும் இல்லை உறக்கம்
மாலை வரும் மயக்கம் என்ன மயக்கம்
காலை வரும் வரைக்கும் இல்லை உறக்கம்
பூவிதழ் மேலொரு பனித்துளி இருக்க
நான் அதைப் பார்க்கையில் நூலென இழைக்க
என்னென்ன அதிசயமோ
சந்தித்ததோப் பார்வைகள்
தித்தித்ததோ நினைவுகள்
மையலை சொல்லத் தெரியாமலே
ஏன் ஏன் இந்தக் கேள்வி

எங்கிருந்தோ ஆசைகள்
எண்ணத்திலே ஓசைகள்
என்னென்று சொல்லத் தெரியாமலே
நான் ஏன் இன்று மாறினேன்.

திரைப்படம் - **சந்திரோதயம்**
பாடலாசிரியர் - **கவிஞர் வாலி**

16. சீரினும் சீரல்ல செய்யாரே சீரொடு
பேராண்மை வேண்டு பவர்.

- குறள் - 962

பொருள்

புகழ்மிக்க வீர வாழ்க்கையை வாழ விரும்புகிறவர் தனக்கு புகழ் வரவேண்டும் என்பதற்காக மான உணர்வுக்கு புறம்பான காரியத்தில் ஈடுபட மாட்டார்.

திரைப்படப் பாடல்

வேலெடுக்கும் மரபிலே
வீரம் செறிந்த மண்ணிலே
வேலெடுக்கும் மரபிலே
வீரம் செறிந்த மண்ணிலே
பால் குடிக்க வந்தவனே
நடையைக் காட்டு
வரும் பகைவர்களை வென்று விடும்
படையைக் காட்டு

வெள்ளி நிலா முற்றத்திலே
விளக்கெரிய விளக்கெரிய

முக்கனியின் சாறெடுத்து
முத்தமிழின் தேனெடுத்து
முக்கனியின் சாறெடுத்து
முத்தமிழின் தேனெடுத்து
முப்பாலிலேக் கலந்து
எப்போதும் சுவைத்திருப்பாய்
முப்பாலிலே கலந்து
எப்போதும் சுவைத்திருப்பாய்
நான்கு பேர்கள் போற்றவும்
நாடு உன்னை வாழ்த்தவும்

நான்கு பேர்கள் போற்றவும்
நாடு உன்னை வாழ்த்தவும்
மானத்தோடு வாழ்வது தான்
சுயமரியாதை
நல்ல மனமுடையோர்
காண்பதுதான் தனி மரியாதை
வெள்ளி நிலா முற்றத்திலே
விளக்கெரிய விளக்கெரிய...

(திருக்குறளுக்கு முப்பால் என்றொரு பெயரும் உண்டு- அறம், பொருள், இன்பம் அல்லது காமத்துப்பால்)

திரைப்படம் - **வேட்டைக்காரன்**
பாடலாசிரியர் - கவிஞர் **கண்ணதாசன்**

17. கேளாதே வந்து கிளைகளாய் இல்தோன்றி
வாளாதே போவரால் மாந்தர்கள்வாளாதே
சேக்கை மரன்ஒழியச் சேண்நீங்கு புள்போல
யாக்கை தமர்க்கொழிய நீத்து.

- நாலடியார்30

பொருள்

யாரையும் கேளாமல் வீடுகளில் சுற்றத்தார்கள் போல தானாக வந்து பிறப்பார்கள். வந்தது போலவே யாரிடமும் சொல்லாமலும் ஒருநாள் போய் சேர்வார்கள். மக்கள் வாழ்க்கை இத்தகையதே. மரத்தில் கூடுகட்டி வாழத் துவங்கிய பறவை பிறகு அம்மரத்தை விட்டு விட்டு வெகுதூரம் பறந்து செல்வதைப் போலவே உடலை விட்டுப் பிரிந்து உயிர் போய்விடுகிறது.

திரைப்படப் பாடல்

நான் கேட்டுத் தாய் தந்தை படைத்தாரா?
இல்லை என் பிள்ளை எனைக் கேட்டுப் பிறந்தானா?
தெய்வம் செய்த பாவம் இது போடி தங்கச்சி
கொன்றால் பாவம் தின்றால் போச்சு
இதுதான் என் கட்சி...

(கொண்ட பாவம் அனுபவித்தால்தான் தீரும் என்பதே இதன் பொருள்)

திரைப்படம் - **அவள் ஒரு தொடர்கதை**
பாடலாசிரியர் - கவிஞர் **கண்ணதாசன்**

18. உண்டாய போழ்தின் உடைந்துழிக் காகம்போல்
தொண்டா யிரவர் தொகுபவே; வண்டாய்த்
திரிதருங் காலத்துத் தீதிலிரோ என்பார்
ஒருவரும் இவ்வுலகத் தில்

- நாலடியார் - 284

பொருள்

செல்வம் இருக்கின்ற காலத்தில் உயிரற்ற உடலைக் கொத்தித் தின்ன வரும் காக்கைக் கூட்டத்தைப் போல, வேண்டியவர்கள் கூட்டம் ஆயிரக்கணக்கில் கூடுவர் செல்வம் இல்லாத சமயத்தில் அவர்கள் ஒருவேளைச் சோற்றுக்கு வண்டாய்ப் பறக்கையில், அவர்களைப் பார்த்து நலமாய் இருக்கிறீர்களா? என்று கூட எவரும் கேட்க மாட்டார்கள்.

திரைப்படப் பாடல்

வாழும் நாளிலே கூட்டம் கூட்டமாய்
வந்து சேர்கிறார் பாரடா
வாழும் நாளிலே கூட்டம் கூட்டமாய்
வந்து சேர்கிறார் பாரடா
கை வறண்ட வீட்டிலே உடைந்த பானையை
மதித்து வந்தவர் யாரடா?
மதித்து வந்தவர் யாரடா?
பணத்தின் மீதுதான் பக்தி என்றபின்
பந்த பாசமே ஏனடா
பதைக்கும் நெஞ்சினை அணைக்கும் யாவரும்
அண்ணன் தம்பிகள் தானடா

அண்ணன் என்னடா தம்பி என்னடா
அவசரமான உலகத்திலே
ஆசை கொள்வதில் அர்த்தம் என்னடா
காசில்லாதவன் குடும்பத்திலே...

திரைப்படம் - **பழநி**
பாடலாசிரியர் - கவிஞர் **கண்ணதாசன்**

19. **ஊறி உவர்த்தக்க ஒன்பது வாய்ப்புலனும்**
கோதிக் குழம்பலைக்கும் கும்பத்தைப் பேதை
பெருந்தோளி பெய்வளாய் என்னுமீப் போர்த்த
கருந்தோலால் கண்விளக்கப் பட்டு.

- நாலடியார் - 47

பொருள்

அழுக்கில் ஊறியது இழிவுடையது ஒன்பது வாயிலைமைந்த ஓட்டையான சோற்றுச் சட்டி இவ்வுடல். இது புரியாமல் அறிவற்ற மூடர்கள் பெண்ணழகை உண்மை என்று நம்பி அவளைப் பெருந்தோளுடைய பெண்ணழகே என்றும் அழகிய வளையல்கள் அணிந்த ஆரணங்கே என்றும் வீணே போற்றி புகழ்கிறார்கள்.

திரைப்படப் பாடல்

உடலும் உடலும் சேரும் வாழ்வை
உலகம் மறந்தால் என்ன?
தினம் ஓடி ஆடி ஓயும் முன்னே
உண்மை அறிந்தால் என்ன?
உறவுக்கு மேலே சுகம் கிடையாது
அணைக்கவே தயக்கம் என்ன?
இது ஓட்டை வீடு ஒன்பது வாசல்
இதற்கு மேலே ஆசை என்ன?

இது மாலை நேரத்து மயக்கம்
பூ மாலை போல் உடல் மணக்கும்
இதழ்மேலே இதழ் மோதும்
அந்த இன்பம் தேடுது எனக்கும்
இது மாலை நேரத்து மயக்கம்

இது கால தேவனின் கலக்கம்
இதைக் காதல் என்பது பழக்கம்
ஒரு ஆணும் ஒரு பெண்ணும்
பெறப் போகும் துன்பத்தின் துவக்கம்.

திரைப்படம் - **தரிசனம்**
பாடலாசிரியர் - **கவிஞர் கண்ணதாசன்**

**20. புகழ்புரிந்த இல்இலோர்க்கு இல்லை இகழ்வார்முன்
ஏறுபோல் பீடு நடை**

- குறள் - 59

பொருள்

புகழைக் காப்பாற்ற விரும்பும் மனைவி இல்லாதவர்க்கு இகழ்ச்சியாக பேசுபவர் முன்னே சிங்கம் போல் நடக்கும் பெருமித நடை அமையாது. நற்குணங்கள் அமைந்த மனைவியை பெற்றவர்க்கே சபையில் மரியாதையும் புகழும் உண்டாகும்.

திரைப்படப் பாடல்

உன்னை கரம் பிடித்தேன்
வாழ்க்கை ஒளிமயமானதடி
பொன்னை மணந்ததனால்
சபையில் புகழும் வளர்ந்ததடி

உன் கண்ணில் நீர் வழிந்தால்
என் நெஞ்சில் உதிரம் கொட்டுதடி
என் கண்ணில் பாவையன்றோ
கண்ணம்மா என்னுயிர் நின்னதன்றோ

திரைப்படம் - **வியட்நாம் வீடு**
பாடலாசிரியர் - கவிஞர் **கண்ணதாசன்**

21. **அழுதாற் பயனென்ன நொந்தாற்பயனென்ன ஆவதில்லை**
தொழுதாற்பயனென்ன நின்னையொருவர் சுடஉரைத்த
பழுதாற்பயனென்ன நன்மையும் தீமையும் பங்கயத்தோன்
எழுதாப்படி வருமோ சலியாதிருஎன் ஏழைநெஞ்சே

- பட்டினத்தார்

பொருள்

நடக்கும் நிகழ்வுகளை நினைத்து வருந்துவதால் பயன் எதுவும் ஆகப்போவதில்லை நம்மைப் படைத்தவனின் விதிப்படியே அனைத்தும் நடக்கும் என்பதை அறிந்து பயணம் செய் நெஞ்சமே.

திரைப்படப் பாடல் 1

ஆரம்பத்தில் பிறப்பும் உன் கையில் இல்லை
ஆரம்பத்தில் பிறப்பும் உன் கையில் இல்லை - என்றும்
அடுத்தடுத்த நடப்பும் உன் கையில் இல்லை
பாதை வகுத்த பின்பு பயந்தென்ன லாபம்
பாதை வகுத்த பின்பு பயந்தென்ன லாபம்
அதில் பயணம் நடத்திவிடு மறைந்திடும் பாவம்
பயணம் நடத்திவிடு மறைந்திடும் பாவம்

ஏழு சுவரங்களுக்குள் எத்தனை பாடல்
இதய சுரங்கத்துள் எத்தனை கேள்வி...

திரைப்படம் - **அபூர்வ ராகங்கள்**
பாடலாசிரியர் - **கண்ணதாசன்**

திரைப்பட பாடல் 2,

வீட்டை விட்டு வெளியே வந்தால்
நாலும் நடக்கலாம்
அந்த நாலும் தெரிந்து நடந்துகிட்டா
நல்லா இருக்கலாம்
வீட்டை விட்டு வெளியே வந்தால்
நாலும் நடக்கலாம்
அந்த நாலும் தெரிந்து நடந்துகிட்டா
நல்லா இருக்கலாம்
உன்னைக் கேட்டு என்னைக் கேட்டு
எதுவும் நடக்குமா?
உன்னைக் கேட்டு என்னைக் கேட்டு
எதுவும் நடக்குமா?
அந்த ஒருவன் நடத்தும் நாடகத்தை
நிறுத்த முடியுமா?
ஒண்ணா இருக்க கத்துக்கணும்
இந்த உண்மையை சொன்னா ஒத்துக்கணும்...

திரைப்படம் - **அன்புக்கரங்கள்**
பாடலாசிரியர் - கவிஞர் **வாலி**

22. **எண்ணரு நலத்தினா ளினைய ணின்றுழிக்**
கண்ணொடு கண்ணினைக் கவ்வியொன்றையொன்று
உண்ணவு நிலைபெறா துணர்வு மொன்றிட
அண்ணலு நோக்கினா னவளு நோக்கினாள்.

- கம்பன்

பொருள்

மனதினால் நினைத்திடும் அளவிற்கு அழகையுடைய சீதை, இத்தன்மையளாய் நின்றபொழுது ஒருவர் கண்ணிணையோடு மற்றொருவர் கண்ணினைப் பற்றி ஒன்றை ஒன்று கவர்ந்து அனுபவிக்கவும் இருவர் அறிவும் தத்தமிடங்களில் நிலை பெற்றிராமல் ஒற்றுமைப் படவும் ராமனும் சீதையைப் பார்த்தான், சீதையும் ராமனை பார்த்தாள்.

திரைப்படப் பாடல்

கண்ணும் கண்ணும் கலந்து விட்டது
காதல் கதவு திறந்து விட்டது
கண்ணும் கண்ணும் கலந்து விட்டது
காதல் கதவு திறந்து விட்டது
ஒண்ணும் ஒண்ணும் இரண்டு என்பது
ஒன்று பட்டது வென்று விட்டது
ஒண்ணும் ஒண்ணும் இரண்டு என்பது
ஒன்று பட்டது வென்று விட்டது
இந்தா இந்தா இங்கே பாரு தெரியும் -
கண்ணை இழுத்து வளைச்சு என்னைப்
பாரு புரியும்

ஏதோ ஏதோ ஏதோ ஒரு மயக்கம்
அது எப்படி எப்படி எப்படி வந்தது எனக்கும்..

திரைப்படம் - **குடும்பத்தலைவன்**
பாடலாசிரியர் - கவிஞர் **கண்ணதாசன்**

பாரதியார் பாடல்கள்

பாரதியாரைப் பற்றி நாம் தெரிந்து கொள்ள வேண்டியது மிகவும் அவசியம். மற்றவர்களைப்போல் கருத்துக்களையோ வரிகளையோ எடுத்துக் கையாளாமல் அவரது முழுப் பாடல்களையும் அப்படியே கையாண்டு உள்ளனர். இப்பெருமை பாரதியாருக்கும், பாரதிதாசனுக்கும் உண்டு. அவற்றுள் எனக்குப் பிடித்த சில பாடல்களை இங்கே பதிவிடுகின்றேன்.

23. திரைப்படப் பாடல்

வெள்ளி பனிமலையின் மீதுலாவு வோம் அடி
மேலைக் கடல் முழுதும் கப்பல் விடுவோம்
பள்ளித் தலமனைத்தும் கோவில் செய்குவோம்
எங்கள் பாரத தேசமென்று தோள் கொட்டுவோம்
முத்து குளிப்பதொரு தென்கடலிலே
மொய்த்து வணிகர்பல நாட்டினர் வந்தே
நத்தி நமக்கினிய பொருள் கொணர்ந்து
நம்மருள் வேண்டுவதும் மேற்கரையிலே
ஆயுதம் செய்வோம் நல்ல காகிதம் செய்வோம்
ஆலைகள் வைப்போம் கல்விச் சாலைகள் வைப்போம்
ஓயுதல் செய்யோம் தலை சாயுதல் செய்யோம்
உண்மைகள் சொல்வோம் பல வண்மைகள் செய்வோம்

வெள்ளி பனிமலையின் மீதுலவுவோம் அடி
மேலைக் கடல் முழுதும் கப்பல் விடுவோம்...

திரைப்படம் - கப்பலோட்டிய தமிழன்
பாடலாசிரியர் - மகாகவி பாரதியார்

24. திரைப்படப் பாடல்

சிந்து நதியின் மிசை நிலவினிலே
சேர நன்னாட்டிளம் பெண்களுடனே
சுந்தர தெலுங்கினில் பாட்டிசைத்துத்
தோணிக ளோட்டி விளையாடி வருவோம்

கங்கை நதிப்புறத்துக் கோதுமைப் பண்டம்
காவிரி வெற்றிலைக்கு மாறுகொள்ளுவோம் 2
சிங்க மராட்டியர்தம் கவிதை கொண்டு
சேரத்துத் தந்தங்கள் பரிசளிப்போம் 2

சிங்களத் தீவினுக்கோர் பாலம் அமைப்போம்
சேதுவை மேடுறுத்தி வீதி சமைப்போம் 2
வங்கத்தில் ஓடிவரும் நீரின் மிகையால்
மையத்து நாடுகளில் பயிர் செய்குவோம் 2

சிந்து நதியின் மிசை நிலவினிலே
சேர நன்னாட்டிளம் பெண்களுடனே
சுந்தரத் தெலுங்கினில் பாட்டிசைத்துத்
தோணிக ளோட்டி விளையாடிவருவோம்...

திரைப்படம் - **கை கொடுத்த தெய்வம்**

பாடலாசிரியர் - **மகாகவி பாரதியார்**

25. திரைப்படப் பாடல்

நெஞ்சு பொறுக்குதில்லையே நெஞ்சு பொறுக்குதில்லையே
நெஞ்சு பொறுக்குதில்லையே நெஞ்சு பொறுக்குதில்லையே
இந்த நிலைகெட்ட மனிதரை நினைந்துவிட்டால்
இந்த நிலைகெட்ட மனிதரை நினைந்துவிட்டால்
நெஞ்சு பொறுக்குதில்லையே நெஞ்சு பொறுக்குதில்லையே
அஞ்சி யஞ்சிச் சாவார் இவர்
அஞ்சாத பொருளில்லை அவனியிலே
அஞ்சி யஞ்சி சாவார் இவர்
அஞ்சாத பொருளில்லை அவனியிலே
வஞ்சனைப் பேய்கள் என்பார்-இந்த
மரத்தில் என்பார்; அந்தக் குளத்தில் என்பார்
வஞ்சனைப் பேய்கள் என்பார்-இந்த
மரத்தில் என்பார்; அந்த குளத்தில் என்பார்
துஞ்சுது முகட்டில் என்பார்-மிகத்
துயர்படுவார் எண்ணி பயப்படுவார்

நெஞ்சு பொறுக்குதில்லையே நெஞ்சு பொறுக்குதில்லையே

கஞ்சி குடிப்பதற்கிலார் அதன்
காரணங்கள் இவையென்னும் அறிவுமிலார்
பஞ்சமோ பஞ்சம் என்றே நிதம்
பரிதவித்து உயிர் துடிதுடித்து
கஞ்சி குடிப்பதற்கிலார் அதன்
கறணங்கள் இவையென்னும் அறிவுமிலார்
பஞ்சமோ பஞ்சம் என்றே நிதம்
பரிதவித்து உயிர் துடிதுடித்து
துஞ்சி மடிகின்றாரே - இவர்
துயர்களைத் தீர்க்கவோர் வழியுமில்லை

நெஞ்சு பொறுக்குதில்லையே நெஞ்சு பொறுக்குதில்லையே

திரைப்படம் - **பராசக்தி**
பாடலாசிரியர் - **மகாகவி பாரதியார்**

26. திரைப்படப் பாடல்

தமிழுக்கும் அமுதென்று பேர் அந்தத்
தமிழ் இன்பத் தமிழ் எங்கள் உயிருக்கு நேர் 2,
தமிழுக்கு நிலவென்று பேர் இன்பத்
தமிழ் எங்கள் சமூகத்தின் விளைவுக்கு நீர்
தமிழுக்கு மணமென்று பேர் - இன்பத்
தமிழ் எங்கள் வாழ்வுக்கு நிருமித்த ஊர்
தமிழுக்கு மதுவென்று பேர் - இன்பத்
தமிழ் எங்கள் உரிமைச் செம்பயிருக்கு வேர்

தமிழுக்கும் அமுதென்று பேர் அந்தத்
தமிழ் இன்பத் தமிழ் எங்கள் உயிருக்கு நேர்....

தமிழ் எங்கள் இளமைக்குப் பால்- இன்பத்
தமிழ் நல்ல புகழ் மிக்க புலவர்க்கு வேல்....
தமிழ் எங்கள் உயர்வுக்கு வான் இன்பத்
தமிழ் எங்கள் அசதிக்கு சுடர் தந்த தேன்...

தமிழுக்கும் அமுதென்று பேர் அந்தத்
தமிழ் இன்பத் தமிழ் எங்கள் உயிருக்கு நேர்...
தமிழ் எங்கள் அறிவுக்குத் தோள் இன்பத்
தமிழ் எங்கள் கவிதைக்கு வைரத்தின் வாள்..
தமிழ் எங்கள் பிறவிக்குத் தாய் இன்பத்
தமிழ் எங்கள் வளம் மிக்க உளமுற்ற தீ

தமிழுக்கும் அமுதென்று பேர் அந்தத்
தமிழ் இன்பத் தமிழ் எங்கள் உயிருக்கு நேர்.

திரைப்படம் - **பஞ்சவர்ணக்கிளி**
பாடலாசிரியர் - **பாவேந்தர் பாரதிதாசன்**

27. திரைப்படப் பாடல்

சங்கே முழங்கு சங்கே முழங்கு
சங்கே முழங்கு சங்கே முழங்கு
எங்கள் வாழ்வும் எங்கள் வளமும்
மங்காத தமிழென்று சங்கே முழங்கு

எங்கள் பகைவர் எங்கோ மறைந்தார்
இங்குள்ள தமிழர்கள் ஒன்றாதல் கண்டே
பொங்கு தமிழர்க்கு இன்னல் விளைத்தால்
சங்காரம் நிஜமெனச் சங்கே முழங்கு
பொங்கும் தமிழர்க்கு இன்னல் விளைத்தால்
சங்காரம் நிஜமெனச் சங்கே முழங்கு

திங்களொடும் செழும் பரிதி தன்னோடும்
விண்ணோடும் உடுக்க ளோடும்
மங்குல் கடல் இவற்றோடும் பிறந்த தமிழுடன்
பிறந்தோம் நாங்கள், ஆண்மைச்
சிங்கத்தின் கூட்டமென்றும் சிறியோர்க்கு
ஞாபகம் செய் முழங்கு சங்கே

வெங் கொடுமைச் சாக்காட்டில் விளையாடும்
தோளெங்கள் வெற்றித் தோள்கள்
கங்கையைப் போல் காவிரிப் போல் கருத்துக்கள்
ஊருமுள்ளம் எங்கள் உள்ளம்
வெங்குருதி தனிற் கமழ்ந்து வீரஞ் செய்கின்ற
தமிழ் எங்கள் மூச்சாம், தமிழ் எங்கள் மூச்சாம்

திரைப்படம் - **கலங்கரை விளக்கம்**
பாடலாசிரியர் - **பாவேந்தர் பாரதிதாசன்**

28. திரைப்படப் பாடல்

சித்திரச் சோலைகளே உமை நன்கு
திருத்த இப் பாரினிலே- முன்னர்
எத்தனை தோழர்கள் ரத்தம் சொரிந்தனரோ
உங்கள் வேரினிலே...

தாமரை பூத்த தடாகங்களே - உமைத்
தந்த அக்காலத்திலே எங்கள்
தூய்மைச் சகோதரர் தூர்ந்து மறைந்ததைச்
சொல்லவோ ஞாலத்திலே - சித்திரச் சோலைகளே

ஆர்த்திடும் யந்திரக் கூட்டங்களே உங்கள்
ஆதி அந்தம் சொல்லவோ? நீங்கள்
ஊர்த் தொழிலாளர் உழைத்த உழைப்பில்
உதித்தது மெய் அல்லவோ? - சித்திரச் சோலைகளே

தாரணியே தொழிலாளர் உழைப்புக்குச்
சாட்சியும் நீயன்றோ? பசி
தீரும் என்றால் உயிர் போகும் எனச் சொல்லும்
செல்வர்கள் நீதி நன்றோ?
சித்திரச் சோலைகளே உமை நன்கு
திருத்த இப் பாரினிலே- முன்னர்
எத்தனை தோழர்கள் ரத்தம் சொரிந்தனரோ
உங்கள் வேரினிலே...

திரைப்படம் - **நான் ஏன் பிறந்தேன்**
பாடலாசிரியர் - **பாவேந்தர் பாரதிதாசன்**

29. காமக் கடும்புனல் நீந்திக் கரைகாணேன்
யாமத்தும் யானே உளேன்.

குறள் - 1167

பொருள்

காதல் துன்பமாகிய கடலை நீந்தியும் என்னால் கரை காண முடியவில்லை. நள்ளிரவுப் பொழுதிலும் உறங்காமல் நான் தனியாகவே விழித்து இருக்கின்றேன்.

திரைப்படப் பாடல்

காயும் நிலா வானில் வந்தால்
கண் உறங்கவில்லை
காயும் நிலா வானில் வந்தால்
கண் உறங்கவில்லை

உன்னைக் கண்டு கொண்ட நாள்
முதலால் பெண் உறங்கவில்லை
பெண் உறங்கவில்லை
நீ இல்லாத உலகத்திலே
நிம்மதி இல்லை
உன் நினைவில்லாத இதயத்திலே
சிந்தனையில்லை சிந்தனையில்லை

திரைப்படம் - **தெய்வத்தின் தெய்வம்**
பாடலாசிரியர் - கவிஞர் **கண்ணதாசன்**

30. மக்கள் மெய்தீண்டல் உடற்கின்பம் மற்றுஅவர்
சொல்கேட்டல் இன்பம் செவிக்கு

- குறள் - 65

பொருள்

நாம் பெற்ற குழந்தைகளைத் தொடுவதில் நம் உடலுக்கு இன்பம் பிறக்கின்றது. மேலும் குழந்தைகளின் பேசும் மொழிகளைக் கேட்பதில் நம் செவிக்கு இன்பமாக அமைகின்றது.

திரைப்பட பாடல்

தொட்டால் மணக்கும் சவ்வாது
சுவைத்தால் இனிக்கும் தேன் பாகு
தொட்டால் மணக்கும் சவ்வாது
சுவைத்தால் இனிக்கும் தேன் பாகு
எட்ட இருந்தே நினைத்தாலும்
இனிக்கும் மணக்கும் உன் உருவம் நீ

நான் பெற்ற செல்வம் நலமான செல்வம்
தேன்மொழி பேசும் சிங்காரச் செல்வம்

திரைப்படம் - **நான் பெற்ற செல்வம்**
பாடலாசிரியர் - K.M.**ஷெரிப்**

31. நல்லார் நயவர் இருப்ப நயமிலாக்
கல்லார்க்கொன் றாகிய காரணம் தொல்லை
வினைப்பய னல்லது வேனெடுங் கண்ணாய்
நினைப்ப வருவதொன் றில்.

- நாலடியார் - 265

பொருள்

நல்லவர்கள் நற்குணம் உடையவர்கள் செல்வச் சிறப்பின்றி இருக்கிறார்கள். நற்குணம் இல்லாத மூடர்கள் செல்வ வளம் பெற்றிருக்கிறார்கள். இதற்கு என்ன காரணம்? முன் செய்த வினைப் பயனே இதன் காரணம் என்பது அல்லாமல் வேல் போன்ற நீண்ட கண்களை உடைய பெண்ணே, வேறு எந்தக் காரணமும் இல்லை.

திரைப்படப் பாடல் - 1

பணமிருக்கும் மனிதரிடம் மனம் இருப்பதில்லை
மனம் இருக்கும் மனிதரிடம் பணம் இருப்பதில்லை
பணம் படைத்த வீட்டினிலே வந்ததெல்லம் சொந்தம்
பணம் இல்லாத மனிதருக்கு சொந்தம் எல்லாம் துன்பம்

புத்தியுள்ள மனிதரெல்லாம் வெற்றி காண்பதில்லை
வெற்றி பெற்ற மனிதரெல்லாம் புத்திசாலி இல்லை

திரைப்படம் - **அன்னை**
பாடலாசிரியர் - **கவிஞர் கண்ணதாசன்**

திரைப்படப் பாடல் - 2

பொருள் கொண்ட பேர்கள் மனம் கொண்டதில்லை
தரும் கைகள் தேடி பொருள் வந்ததில்லை
பொருள் கொண்ட பேர்கள் மனம் கொண்டதில்லை
தரும் கைகள் தேடி பொருள் வந்ததில்லை

மனம் என்ற கோயில் திறக்கின்ற நேரம்
அழைக்காமல் அங்கே தெய்வம் வந்து சேரும்

அழுதவர் சிரிப்பதும் சிரித்தவர் அழுவதும்
விதி வழி வந்ததில்லை
ஒருவனுக்கென்றே உள்ளதை எல்லாம்
இறைவனும் தந்ததில்லை

புத்தன் ஏசு காந்தி பிறந்தது
பூமியில் எதற்காக தோழா ஏழை நமக்காக...

திரைப்படம் - **சந்திரோதயம்**
பாடலாசிரியர் - **கவிஞர் வாலி**

**32. ஏதம் பெருஞ்செல்வம் தான்துவ்வான் தக்கார்க்கொன்று
ஈதல் இயல்பிலா தான்.**

- குறள் - 1006

பொருள்

தானும் அனுபவிக்காமல் தகுதியானவர்க்கு ஒன்று கொடுத்து உதவும் இயல்பும் இல்லாதவனின் பெருஞ்செல்வம், ஒரு நோய் ஆகும்.

திரைப்படப் பாடல்

இல்லை என்போர் இருக்கையிலே
இருப்பவர்கள் இல்லை என்பார்
மடி நிறைய பொருள் இருக்கும்
மனம் நிறைய இருள் இருக்கும்

எதுவந்த போதும் பொதுவென்று வைத்து
வாழ்கின்ற பேரை வாழ்த்திடுவோம்

கொடுத்ததெல்லாம் கொடுத்தான்
அவன் யாருக்காகக் கொடுத்தான்
ஒருத்தருக்கா கொடுத்தான்
இல்லை ஊருக்காகக் கொடுத்தான்...

திரைப்படம் - **படகோட்டி**
பாடலாசிரியர் கவிஞர் - **வாலி**

33. **குழலிஇனிது யாழ்இனிது என்பதம் மக்கள்**
மழலைச் சொல்கேளா தவர்

- குறள் - 66

பொருள்

தம் மக்களின் மழலைச் சொற்களைக் கேட்டு இன்பம் அடையாதவரே, குழலின் ஓசை இனியது யாழின் இசை இனியது என்பர்.

திரைப்படப் பாடல்

பிள்ளை மொழியோ அது கிள்ளை மொழியோ
வெள்ளை மனமோ அன்பைக் கொள்ளை இடுமோ 2
முத்துச் சிரிப்போ அது முல்லை விரிப்போ
நித்தம் கத்தும் குயிலோ அது கண்ணன் குரலோ
என்னை மறந்தேன் நான் உன்னை மறந்தேன்
இன்று தன்னை இழந்தேன் சுகம் தன்னில் விழுந்தேன்

கண்ணன் பிறந்தான் எங்கள் கண்ணன் பிறந்தான்
புதுக் கவிதைகள் பிறந்ததம்மா
மன்னன் பிறந்தான் எங்கள் மன்னன் பிறந்தான்
மனக் கவலைகள் மறந்ததம்மா

திரைப்படம் - **பெற்றால்தான் பிள்ளையா**
பாடலாசிரியர் - **கவிஞர் வாலி**

**34. பற்றற்றேம் என்பார் படிற்றொழுக்கம் எற்றெற்றென்று
ஏதம் பலவும் தரும்.**

குறள் - 275

பொருள்

ஆசைகளைத் துறந்தோம் என்று பொய் வேடம் போட்டு ஒழுக்கம் தவறி நடப்பவர் உண்மை தெரிந்தவுடன் ஏன் அப்படி செய்தோம் என்று வருந்தும் படி அவருக்குப் பல துன்பங்களை தரும்.

திரைப்படப் பாடல்

ஓம் முருகா என்று சொல்லி உச்சரிக்கும் சாமிகளே
ருத்ராட்ச்ச பூனைகளாய் வாழுறீங்க
சீமான்கள் போர்வையிலே சாமான்ய மக்களையே
ஏமாற்றி கொண்டாட்டம் போடுறீங்க

பொய்மை எப்போதும் ஓங்குவதுமில்லை
உண்மை எப்போதும் தூங்குவதுமில்லை
கண்ணை நம்பாதே... உன்னை ஏமாற்றும்
உன்னை ஏமாற்றும் நீ காணும் தோற்றம்
உண்மை இல்லாதது

அறிவை நீ நம்பு உள்ளம் தெளிவாகும்
அடையாளம் காட்டும் பொய்யே சொல்லாதது

திரைப்படம் - **நினைத்ததை முடிப்பவன்**
பாடலாசிரியர் - **மருதகாசி**

35. இன்பம் விழையான் இடும்பை இயல்பென்பான்
துன்பம் உறுதல் இலன்.

- குறள் - 628

பொருள்

இன்பத்தைத் தேடி அலையாமல் துன்பம் வந்தாலும் இயல்பாக இருப்பவனை அந்தத் துன்பம் ஒருபோதும் வருத்தாது.

திரைப்படப் பாடல்

கடலளவு கிடைத்தாலும் மயங்க மாட்டேன்
அது கையளவே ஆனாலும் கலங்க மாட்டேன்

உள்ளத்திலே உள்ளது தான் உலகம் கண்ணா
இதை உணர்ந்து கொண்டேன்
துன்பம் எல்லாம் விலகும் கண்ணா
உணர்ந்து கொண்டேன்
துன்பம் எல்லாம் விலகும் கண்ணா

ஆட்டுவித்தால் யாரொருவர் ஆடாதாரே கண்ணா
ஆசை என்னும் தொட்டிலிலே ஆடாதாரே கண்ணா
நீ நடத்தும் நாடகத்தில் நானும் உண்டு 2
என் நிழலில் கூட அனுபவத்தின் சோகம் உண்டு
பகைவர்களை நானும் வெல்வேன் அறிவினாலே
ஆனால் நண்பரிடம் தோற்று விட்டேன் பாசத்தாலே
நண்பரிடம் தோற்று விட்டேன் பாசத்தாலே...

திரைப்படம் - **அவன்தான் மனிதன்**
பாடலாசிரியர் - **கவிஞர் கண்ணதாசன்**

36. கண்ணுள்ளார் காதல் அவராகக் கண்ணும்
எழுதேம் கரப்பாக்கு அறிந்து.

- குறள் - 1127

பொருள்

என் காதலர் என் கண்ணுக்கு உள்ளே இருக்கின்றார். மை தீட்டினால் எங்கே அவர் மறைந்து விடுவாரோ என்று மை தீட்டாமல் உள்ளேன்.

நெஞ்சத்தார் காதல் அவராக வெய்துஉண்டல்
அஞ்சுதும் வேபாக்கு அறிந்து.

- குறள் - 1128

பொருள்

என் காதலர் என் நெஞ்சிலே இருக்கின்றார் சூடாக ஏதேனும் சாப்பிட்டால் அவரைச் சுட்டு விடுவோமோ என்று அஞ்சி அதைத் தவிர்க்கின்றேன்.

திரைப்படப் பாடல்

கண்ணுக்குள் கண்ணை வை
நெஞ்சுக்குள் நெஞ்சை வை
உன்னுள்ளே என்னை வை
என்னுள்ளே உன்னை வை

கண்ணுக்குள் கண்ணை வை
நெஞ்சுக்குள் நெஞ்சை வை
உன்னுள்ளே என்னை வை
என்னுள்ளே உன்னை வை
கையும் கையும் மெய்யும் மெய்யும்
பின்னிக்கொள்ள வா
கனியுண்டு பசித்தீர்ந்து
களைப்பாற வா
என்னம்மா சிங்காரக் கண்ணம்மா
பக்கம் வந்த பின்னே
வெட்கம் வரலாமா
பார்க்கப்போனால்
நீயும் நானும் ஒன்னம்மா

திரைப்படம் - **விவசாயி**
பாடலாசிரியர் - **மருதகாசி**

37. செவியிற் சுவையுணரா வாயுணர்வின் மாக்கள்
அவியினும் வாழினும் என்.

- குறள் - 420

பொருள்

கேள்வியாகிய அறிவுச் சுவையை உணராது, வாயால் அறியும் நாக்கின் சுவை மட்டுமே விரும்புவர்கள் இறந்தாலும் வாழ்ந்தாலும் ஒன்றுதான். பிறர் பேசும் நல்ல பேச்சுக்களைக் கேட்பதிலும் தெரியாதவைகளைக் கேள்வியாகக் கேட்டு தெரிந்து கொள்வதிலும் தான் பெருமையே.

திரைப்படப் பாடல் - 1

கேள்வி பிறந்தது அன்று
நல்ல பதில் கிடைத்தது இன்று
ஆசை பிறந்தது அன்று
யாவும் நடந்தது இன்று

திரைப்படம் - **பச்சை விளக்கு**
பாடலாசிரியர் - கவிஞர் **கண்ணதாசன்**

திரைப்படப் பாடல் - 2

ஏன் என்ற கேள்வி
இன்று கேட்காமல் வாழ்க்கை இல்லை
நான் என்ற எண்ணம்
கொண்ட மனிதன் வாழ்ந்ததில்லை

திரைப்படம் - **ஆயிரத்தில் ஒருவன்**
பாடலாசிரியர் - **கவிஞர் வாலி**

38. மனத்துக்கண் மாசிலன் ஆதல் அனைத்தறன்
ஆகுல நீர பிற.

- குறள் - 34

பொருள்

ஒருவன் தன் மனதளவில் குற்றம் அற்றவனாக இருக்கவேண்டும். அதாவது தன் மனசாட்சிக்குக் கட்டுப்பட்டு இருக்க வேண்டும். இதுவே அறமாகும். மற்றவையெல்லாம் ஆரவாரத் தன்மை உடையவை.

திரைப்படப் பாடல்

ஆண்டவன் அறிய நெஞ்சில்
ஒரு துளி வஞ்சம் இல்லை
அவனன்றி எனக்கு வேறு ஆறுதல் இல்லை
மனிதனம்மா மயங்குகிறேன்
தவறுக்கு துணிந்த மனிதன் அழுவதில்லையே
தவறியும் வானம் மண்ணில் விழுவதில்லையே

நல்லவர்க்கெல்லாம் சாட்சிகள்
ரெண்டு ஒன்று மனசாட்சி ஒன்று
தெய்வத்தின் சாட்சியம்மா
நம்பிக்கை வைத்து கல்லையும்
பார்த்தால் தெய்வத்தின் காட்சியம்மா
அதுதான் உள்ளத்தின் காட்சியம்மா
அதுதான் உண்மைக்கு சாட்சியம்மா

திரைப்படம் - **தியாகம்**
பாடலாசிரியர் - கவிஞர் **கண்ணதாசன்**

39. தன்நெஞ்சு அறிவது பொய்யற்க பொய்த்தபின்
தன்நெஞ்சே தன்னைச் சுடும்.

- குறள்-293

பொருள்

ஒருவர் பேசுவது உண்மையா பொய்யா என்பது கேட்பவருக்கு தெரியாது. ஆனால் பேசுபவரின் மனதிற்கு நிச்சயம் தெரியும். அப்படி அவர் சொன்ன பொய் அவர் நெஞ்சை உறுத்தும் போது அவரால் என்ன செய்ய முடியும் வருந்தி தான் ஆக வேண்டும் அந்த அறமே அவரை கொல்லும்.

திரைப்படப் பாடல் - 1

நெஞ்சுக்குத் தேவை மனசாட்சி அது
நீதி தேவனின் அரசாட்சி
நெஞ்சுக்குத் தேவை மனசாட்சி அது
நீதி தேவனின் அரசாட்சி
அத்தனை உண்மைக்கும் அவன் சாட்சி
அத்தனை உண்மைக்கும் அவன் சாட்சி
மக்கள் அரங்கத்தில் வராது அவன் சாட்சி
அரங்கத்தில் வராது அவன் சாட்சி

கடவுள் ஏன் கல் ஆனான்
மனம் கல்லாய்ப் போன மனிதர்களாலே ...

திரைப்படம் - **என் அண்ணன்**
பாடலாசிரியர் - கவிஞர் **கண்ணதாசன்**

திரைப்படப் பாடல் - 2

அவனவன் நெஞ்சிலே ஆயிரம் ஆசைகள்
அழுவதும் சிரிப்பதும் ஆசையின் விளைவுகள்
பெரியவன் சிறியவன் நல்லவன் கெட்டவன்
உள்ளவன் போனவன் உலகிலே பார்க்கிறோம்

எண்ணமே சுமைகளாய் இதயமே பாரமாய்
எண்ணமே சுமைகளாய் இதயமே பாரமாய்
தவறுகள் செய்தவன் எவனுமே
தவிக்கிறான் அழுகிறான்

தவறுகள் செய்தவன்
எவனுமே அழுகிறான்
எவனுமே அழுகிறான்

அந்த நாள் ஞாபகம் நெஞ்சிலே வந்ததே
நண்பனே நண்பனே நண்பனே
இந்த நாள் அன்று போல் இன்பமாய் இல்லையே
அது ஏன் ஏன் நண்பனே...

திரைப்படம் - **உயர்ந்த மனிதன்**
பாடலாசிரியர் - கவிஞர் **வாலி**

40. சிலப்பதிகாரம் - இளங்கோ அடிகள்

கோவலன் கண்ணகி திருமணமான புதிதில் இன்பமயமான மாலைப்பொழுதில் காதல் மிகுதியால் கோவலன் கண்ணகியின் அழகை வர்ணித்துப் பாடுவதாக அமைந்த பாடல்:

மாசறு பொன்னே வலம்புரி முத்தே
காசறு விரையே கரும்பே தேனே
அரும்பெறற் பாவாய் ஆருயிர் மருந்தே
பெருங்குடி வாணிகன் பெருடை மகளேநின்னை

மலையிடை பிறவா மணியே என்கோ
அலையிடை பிறவா அமிழ்தே என்கோ
யாழிடைப் பிறவா இசையே என்கோ
தாழிருங் கூந்தல் தையால் நின்னை.

இந்தப் பாடலின் தாக்கத்தினால் எழுந்த திரைப்படப் பாடல் (கடைசி 4 வரிகள்)

திரைப்படப் பாடல்

ஆழியிலே பிறவாத அலைமகளோ?.
ஏழிசையைப் பயிலாத கலைமகளோ?
ஊழி நடம் புரியாத மலைமகளோ?
உலகத்தாய் பெற்றெடுத்தத் தலைமகளோ?

அழகுத் தெய்வம் மெல்ல மெல்ல
அடியெடுத்து வைத்ததோ
அழகுத் தெய்வம் மெல்ல மெல்ல
அடியெடுத்து வைத்ததோ
நான் அன்புக் கவிதை சொல்லச் சொல்ல
அடி எடுத்துக் கொடுத்ததோ
அழகுத் தெய்வம் மெல்ல மெல்ல
அடியெடுத்து வைத்ததோ
நான் அன்புக் கவிதை சொல்லச் சொல்ல
அடி எடுத்துக் கொடுத்ததோ.

இளநீரை சுமந்திருக்கும் தென்னை மரமுமல்ல
மழை மேகம் குடை பிடிக்கும் குளிர் நிலவுமல்ல
இளநீரை சுமந்திருக்கும் தென்னை மரமுமல்ல
மழை மேகம் குடை பிடிக்கும் குளிர் நிலவுமல்ல

இங்குமங்கும் மீன் பாயும் நீரோடை அல்ல
இங்குமங்கும் மீன் பாயும் நீரோடை அல்ல
இதற்கு மேலும் இலக்கியத்தில் வார்த்தை ஏது சொல்ல

அழகுத் தெய்வம் மெல்ல மெல்ல
அடியெடுத்து வைத்ததோ
நான் அன்புக் கவிதை சொல்லச் சொல்ல
அடி எடுத்துக் கொடுத்ததோ...

திரைப்படம் - **பேசும் தெய்வம்**
பாடலாசிரியர் - கவிஞர் **வாலி**

41. கரப்பு இடும்பை இல்லாரைக் காணின் நிரப்பு இடும்பை எல்லாம் ஒருங்கு கெடும்.

- குறள் - 1056

பொருள்

தன் தேவைக்கு மேல் பொருள் வைத்திருப்பவர்கள் தன்னிடம் வந்து உதவி கேட்போரிடம் தன்னிடம் உள்ளதை மறைத்து அடுத்தவருக்குத் துன்பம் தரும் சூழ்நிலையை உருவாக்காமல் பிறர்க்குக் கொடுத்து உதவி செய்வதன் மூலம், உதவி பெற்றவர்க்கு வறுமையினால் ஏற்படக் கூடிய துன்பம் அனைத்தும் கெடும்.

திரைப்படப் பாடல்

இருப்பவர்கள் இதயத்திலே
இரக்கம் அதை விதைக்கணும்
இல்லாதார் வாழ்க்கையிலே
இன்பப் பயிர் வளர்க்கணும்
இன்பப் பயிர் வளர்க்கணும்

நல்ல நல்ல நிலம் பார்த்து
நாமும் விதை விதைக்கணும்
நாட்டு மக்கள் மனங்களிலே
நாணயத்தை வளர்க்கணும்

திரைப்படம் - **விவசாயி**
பாடலாசிரியர் - **உடுமலைநாராயணகவி**

42. எரியெனக் கென்னும் புழுவோ வெனக்கென்று மிந்த மண்ணு...
சரியெனக் கென்னும் பருந்தோ வெனக்கென்னுந் தான் புசிக்க
நரியெனக் கென்னும்புன்னாயெனக் கென்னுமிந் நாறுடலைப்
பிரியமுடன் வளர்த்தேனித னாலென்ன பேறெனக்கே.

- பட்டினத்தார்

பொருள்

இறந்த உடலை எரிப்பர் அல்லது புதைப்பர் எரித்தால் அது நெருப்புக்கும், புதைத்தால் அது புழுவுக்கும், மண்ணுக்கும் இரையாகும்.

சிலர் இறந்த உடலை மலைப் பகுதியிலோ அல்லது காட்டுப் பகுதியிலோ விட்டுவிட்டு சென்று விடுவர்.

அச்சமயத்தில் பருந்து, நரி, செந்நாய் போன்ற விலங்குகள் அவ்வுடலை உண்டு மகிழும்.

அப்படிப்பட்ட உடலைப் பிரியமுடன் பாதுகாத்து வளர்த்தேனே, இறைவா இதனால் என்ன பெருமை எனக்கு என்று பட்டினத்தார் நினைக்கின்றார்.

திரைப்படப் பாடல்

பிணியார் வருவார் மருந்தார் தருவார்
பிழைப்பார் யார் யாரோ?
உடலார் கிடப்பார் உயிரார் பறப்பார்
துணையார் வருவாரோ?
நரியார் நாயார் கடிப்பார் முடிப்பார்
நாளைக்கு யார் யாரோ?
பிறந்தார் இருந்தார் நடந்தார் கிடந்தார்
முடிந்தார் யார் யாரோ?

நான் யார் நான் யார் நீ யார்?
நாலும் தெரிந்தவர் யார் யார்?

திரைப்படம் - **குடியிருந்த கோவில்**
பாடலாசிரியர் - **புலவர் புலமைப்பித்தன்**

43. பிணிக்கு மருந்து பிறமன் அணியிழை
தன்நோய்க்குத் தானே மருந்து.

- குறள் - 1102

பொருள்

நோய்களுக்கு மருந்து வேறு பொருள்களாக இருக்கின்றன. ஆனால் அணிகலன்களை அணிந்த காதலியால் உண்டான நோய்க்கு அவளே மருந்தாக இருக்கின்றாள்.

திரைப்படப் பாடல்

காலையில் நான் வரட்டுமா
கண்ணில் மருந்து தரட்டுமா (2)

மருந்து தந்தால் போதுமா
மயக்கம் அதில் தீருமா (2)

தீர்த்து வைப்பேன் நானம்மா
தேவை என்ன கேளம்மா (2)

நேரத்தோடு கிடைக்குமா
நேரத்தோடு கிடைக்குமா
நினைக்க நினைக்க இனிக்குமா
நினைக்க நினைக்க இனிக்குமா

ஹலோஹலோ சுகமா
ஆமா நீங்க நலமா
ஹலோஹலோ சுகமா
ஆமா நீங்க நலமா

திரைப்படம் - **தர்மம் தலை காக்கும்**
பாடலாசிரியர் - கவிஞர் **கண்ணதாசன்**

**44. மறைப்பேன்மன் காமத்தை யானோ குறிப்பின்றித்
தும்மல்போல் தோன்றி விடும்.**

- குறள் - 1253

பொருள்

நான் காமநோயை என்னுள்ளேயே மறைக்க முயல்வேன். ஆனால் அதுவோ என்குறிப்பின்படி மறையாமல், தும்மல் போலத் தானே புறத்து வெளிப்பட்டுக் காட்டி விடும்.

திரைப்படப் பாடல்

துடிக்கின்ற காதல் தும்மலைப் போன்றது
எப்பவும் வரலாம் எவர் கண்டார்
துடிக்கின்ற காதல் தும்மலைப் போன்றது
எப்பவும் வரலாம் எவர் கண்டார்

இதயத்தின் ஜன்னல் சாத்தியே கிடக்கும்
எப்பவும் திறக்கும் எவர் கண்டார்
துடிக்கின்ற காதல் தும்மலைப் போன்றது
எப்பவும் வரலாம் எவர் கண்டார்...

திரைப்படம் - **நேருக்குநேர்**
பாடலாசிரியர் - **கவிஞர் வைரமுத்து**

**45. வாளற்றுப் புற்கென்ற கண்ணும் அவர்சென்ற
நாளொற்றித் தேய்ந்த விரல்.**

- குறள் - 1261

பொருள்

என்னை பிரிந்து சென்ற தலைவன் வருகையை பார்த்து பார்த்து என் கண்கள் ஒளி இழந்தன. அவர் சென்ற நாளை எண்ணி எண்ணி என் கைவிரல்கள் தேய்ந்தன.

திரைப்படப் பாடல்

பார்த்துப் பார்த்துக் கண்கள் பூத்திருப்பேன்
நீ வருவாயென
பூத்துப் பூத்துப் புன்னகை சேர்த்து வைப்பேன்
நீ வருவாயென

தென்றலாக நீ வருவாயா
ஜன்னலாகிறேன்
தீர்த்தமாக நீ வருவாயா
மேகமாகிறேன்
வண்ணமாக நீ வருவாயா
பூக்களாகிறேன்
வார்த்தையாக நீ வருவாயா
கவிதை ஆகிறேன்

நீ வருவாயென நீ வருவாயென

திரைப்படம் - **நீ வருவாய் என**
பாடலாசிரியர் - **பா விஜய்**

**46. கண்டுகேட்டு உண்டுஉயிர்த்து உற்றறியும் ஐம்புலனும்
ஒண்டொடி கண்ணே உள.**

- குறள் - 1101

பொருள்

கண்ணால் கண்டும், காதால் கேட்டும், வாயால் சுவைத்தும், மூக்கால் மோந்தும், கைகளால் தீண்டியும் என ஐம்புலன்களால் சுகங்களை அனுபவிக்கும் இன்பம், ஒளிவீசும் வளையல்களை அணிந்த இவள் ஒருத்தியிடத்திலே அமைந்துள்ளதே.

திரைப்படப் பாடல்

கண்டு கேட்டு உண்டு உயிர்த்து உற்றறியும் ஐம்புலனும்
பெண்ணில் இருக்கு அந்த பெண்ணில் இருக்கு.
இந்த பூமி மீது வந்து நானும் பிறந்ததற்கு
பொருள் இருக்கு பொருள் இருக்கு

அவள் வருவாளா அவள் வருவாளா
அவள் வருவாளா அவள் வருவாளா
என் உடைந்துபோன நெஞ்சை
ஒட்டவைக்க அவள் வருவாளா
என் பள்ளமான உள்ளம்
வெள்ளமாக அவள் வருவாளா
கண்ணோடு நான் கண்டவண்ணங்கள் போக
சுடிதாரில் மூடாத பாகங்கள் வாழ்க...

திரைப்படம் - **நேருக்குநேர்**
பாடலாசிரியர் - **கவிஞர் வைரமுத்து**

47. கடாஅக் களிற்றின்மேல் கட்படாஅம் மாதர்
படாஅ முலைமேல் துகில்.

- குறள்-1087

பொருள்

மதம் கொண்ட யானையின் மத்தகத்தின் மேலிட்ட முகபடாம் கண்டேன். அது மங்கை ஒருத்தியின் சாயாத கொங்கை மேல் அசைந்தாடும் ஆடை போல் இருந்தது. பார்ப்பவர்கள் அச்சம்

கொள்ளா வண்ணம் யானையின் மேல் போர்த்தப்பட்ட முகபடாம் ஆனது, பார்ப்பவர்களைக் கொல்லும் பெண்ணின் சாயாத கொங்கைகள் மேல் மூடப்பட்ட துணியோடு ஒப்பிடப்பட்டது.

திரைப்படப் பாடல் - 1

மதுரையில் பறந்த மீன் கொடியை
உன் கண்களில் கண்டேனே
போரில் புதுமைகள் புரிந்த சேரன் வில்லை
புருவத்தில் கண்டேனே
தஞ்சையில் பறந்த புலிக்கொடியை
உன் பெண்மையில் கண்டேனே

இவை மூன்றும் சேர்ந்து தோன்றும்
உன்னை தமிழகம் என்றேனே...

திரைப்படம் - **பூவா - தலையா**
பாடலாசிரியர்- **கவிஞர் வாலி**

திரைப்பட பாடல் - 2

மாராப்புப் பந்தலிலே மறைச்சு வச்ச சோலை
சோலை இல்லை சோலை இல்லை ஜல்லிக் கட்டுக் காளை

கரிகாலன் காலப்போல
கரித்திருக்குது குழலு
குழலு இல்லை குழலு இல்லை
தாஜ் மகால் நிழலு

சேவலோட கொண்டை போல
சிவந்திருக்குது உதடு
உதடு இல்லை உதடு இல்லை
மந்திரிச்ச தகடு

பருத்திப் பூவைப்போல பதியுது
உன் பாதம்
பாதம் இல்லை பாதம் இல்லை பச்சரிசி சாதம்

வலம்புரி சங்கைப் போல
வழுக்குது உன் கழுத்து
கழுத்து இல்லை கழுத்து இல்லை
கண்ணதாசன் எழுத்து

திரைப்படம் - **வேட்டைக்காரன்**
பாடலாசிரியர் - **கபிலன்**

48. உண்டார்கண் அல்லது அடுநறாக் காமம்போல்
கண்டார் மகிழ்செய்தல் இன்று.

- குறள் - 1090

பொருள்

காய்ச்சப்பட்ட கள் தன்னைக் கண்டால் மகிழ்ச்சியைத் தராது. தன்னை உண்டவர்களுக்கு மட்டுமே மகிழ்ச்சியை தரும். காதல் வயப்பட்டவர்க்கோ ஒருவரை ஒருவர் கண்டால் போதும், அது மகிழ்ச்சியை தரும்

திரைப்படப் பாடல்

கண்ணில் பட்டதில் பாதி சுகம்
கையில் தொட்டதில் மீதி சுகம்
கண்ணில் பட்டதில் பாதி சுகம்
கையில் தொட்டதில் மீதி சுகம்
இரவுக்கும் நிலவுக்கும் வேலை வைத்தாய்
காலத்தில் காதலை வாழ வைத்தாய்

இமை மூடிய பார்வையில் மயக்கம்
இதழ் மூடிய வார்த்தையில் மவுனம்
இமை மூடிய பார்வையில் மயக்கம்
இதழ் மூடிய வார்த்தையில் மவுனம்
இன்று ஆரம்பப் பாடத்தைப் படித்தேன்
இதை உன்னிடமே நான் நடித்தேன்

எந்த நேரமும் நீ இங்கு வேண்டும்
அழகே அருகே வருவேன்
இந்தப் புன்னகை என்ன விலை
என் இதயம் சொன்ன விலை

திரைப்படம் - **தெய்வத்தாய்**
பாடலாசிரியர் - **கவிஞர் வாலி**

49. **வீழும் இருவர்க்கு இனிதே வளியிடை**
போழப் படாஅ முயக்கு.

- குறள் - 1108

பொருள்

காதலர்க்கு மிக இனிமை தருவது, காற்றுகூட இடையில் புகாதபடி ஒருவரை ஒருவர் இறுகத் தழுவிக் கொள்வதாகும்

திரைப்படப் பாடல்

தென்றல் தொடாத இலக்கியக் காதல்
இதுதான் தெரியாதோ
தென்றல் தொடாத இலக்கியக் காதல்
இதுதான் தெரியாதோ
அது தேடிய கனியை மூடிய
துணையைப் பகையாய் நினையாதோ
அது தேடிய கனியை மூடிய
துணையைப் பகையாய் நினையாதோ

இந்த உறவினில் தடையேது
இந்த பிறவியில் கிடையாது
இந்த உறவினில் தடையேது
இந்த பிறவியில் கிடையாது...

ஹேப்பி இன்று முதல் ஹேப்பி
ஹேப்பி இன்று முதல் ஹேப்பி

திரைப்படம் - ஊட்டி வரை உறவு
பாடலாசிரியர் - கவிஞர் கண்ணதாசன்

50. அத்தமும்வாழ்வும் அகத்துமட்டே விழியம்பொழுக
மெத்தியமாதரும் வீதிமட்டே விம்மிவிம்மியிரு
கைத்தலமேல்வைத் தழுமைந்தருஞ் சுடுகாடுமட்டே
பற்றித்தொடரு மிருவினைப் புண்ணிய பாவமுமே

- பட்டினத்தார்.

பொருள்

செல்வமும் அதனுடன் கூடிய வாழ்க்கையும் வீட்டோடு நின்று போகும். தாய், மனைவி, உடன் பிறந்தவர் என அனைத்துப் பெண்களும் கண்களில் நீர் சொரிய விட்டு வாசல் வரை நின்று விடுவார்கள். பின்னும் இரு கரங்களைத் தலை யிலடித்து தேம்பி அழும் பிள்ளைகளும் சுடுகாடு மட்டுமே வந்து நிற்பர். அவரவர் செய்த புண்ணிய பாவங்கள் தாம் கடைசி வரை பின் தொடரும்

திரைப்படப் பாடல்

ஆடிய ஆட்டமென்ன?
பேசிய வார்த்தை என்ன?
தேடிய செல்வம் என்ன?
திரண்டதோர் சுற்றம் என்ன?
கூடுவிட்டு ஆவிபோனால்
கூடவே வருவதென்ன?

வீடு வரை உறவு
வீதி வரை மனைவி
காடு வரை பிள்ளை
கடைசி வரை யாரோ?

ஆடும் வரை ஆட்டம்
ஆயிரத்தில் நாட்டம் (2)
கூடி வரும் கூட்டம்
கொள்ளிவரை வருமா

திரைப்படம் - **பாதகாணிக்கை**
பாடலாசிரியர் - கவிஞர் **கண்ணதாசன்**

51. துஞ்சுங்கால் தோள்மேல ராகி விழிக்குங்கால்
நெஞ்சத்தர் ஆவர் விரைந்து.

- **குறள்** - 1218

பொருள்

நான் உறங்கும் வேளையில், என் கனவில் வந்து என்னை அணைத்து இன்புற்ற என் கணவர், கண் விழித்து பார்த்தால் என் எதிரில் இல்லை என் நெஞ்சத்தில் தான் இருக்கின்றார்.

திரைப்படப் பாடல்

கனவில் வந்தவர் யாரென கேட்டேன்
கணவர் என்றார் தோழி
கணவர் என்றால் அவர்
கனவு முடிந்ததும் பிரிந்தது ஏன் தோழி

இளமை எல்லாம் வெறும் கனவு மயம்
இதில் மறைந்தது சில காலம்
தெளிவும் அறியாது முடிவும் தெரியாது
மயங்குது எதிர்காலம் மயங்குது எதிர்காலம்

மாலை பொழுதின் மயக்கத்திலே
நான் கனவு கண்டேன் தோழி
மனதில் இருந்தும் வார்த்தைகள் இல்லை
காரணம் ஏன் தோழி காரணம் ஏன் தோழி

மாலை பொழுதின் மயக்கத்திலே நான்
கனவு கண்டேன் தோழி

திரைப்படம் - **பாக்கியலட்சுமி**
பாடலாசிரியர் - **கவிஞர் கண்ணதாசன்**

52. **கண்களவு கொள்ளும் சிறுநோக்கம் காமத்தில்**
செம்பாகம் அன்று பெரிது.

- குறள் - 1092

பொருள்

கள்ளத்தனமான அவள் கடைக்கண் பார்வை காதல் இன்பத்தில் பாதி அளவை காட்டிலும் பெரியது.

திரைப்படப் பாடல்

விழியோரங்களில் சில நேரங்களில்
வரும் பாவங்களும் கவியாகும்
அந்த கவிதைகளில் உள்ள பொருளறிந்து
அதை சுவைப்பது தான் கலையாகும்
அந்த கலைகளிலும் பல புதுமை உண்டு
அதை பழகுவதே பேரின்பம்
இன்ப வாசலிலே ஒரு காவல் இல்லை
இனி காலமெல்லாம் உன் சொந்தம்

காதலின் பொன் வீதியில்
காதலன் பண் பாடினேன்
பண்ணோடு ஒருத்தி வந்தாள்
என் கண்ணோடு ஒருத்தி வந்தாள்

திரைப்படம் - **பூக்காரி**
பாடலாசிரியர் - **பஞ்சு அருணாச்சலம்**

53. மக்களே போல்வர் கயவர் அவரன்ன
ஒப்பாரி யாம்கண்டது இல்.

- குறள் - 1071

பொருள்

உருவ அமைப்பால் கீழ் மக்களும் நற்பண்புகள் கொண்ட மக்களும் ஒன்றாக இருப்பார்கள் அவர்களைப் போல ஒப்புமை கொண்ட எதிர் எதிர் பண்புகளை உடையவர் வேறெதிலும் நான் பார்த்ததில்லை.

திரைப்படப் பாடல்

கொள்ளை அடிப்பவன் வள்ளலைப் போல
கோவிலை இடிப்போன் சாமியைப் போலே வாழ்கின்றான்
ஊழல் செய்பவன் யோக்கியன் போலே
ஊரை ஏய்ப்பவன் உத்தமன் போலே காண்கின்றான்

நீங்கள் அத்தனை பேரும்
உத்தமர் தானா சொல்லுங்கள்
உங்கள் ஆசையின் நெஞ்சைத்
தொட்டு பார்த்துக் கொள்ளுங்கள்

உள்ளவர் எல்லாம் நல்லவர் ஆவார்
இல்லாதவரே பொல்லாதவராம் பூமியிலே
இங்கே நன்மை தீமை என்பது என்ன
பாவ புண்ணியம் என்பது என்ன பாதையிலே

திரைப்படம் - **என் மகன்**
பாடலாசிரியர் - கவிஞர் **கண்ணதாசன்**

54. சுற்றத்தால் சுற்றப் படஒழுகல் செல்வந்தான்
பெற்றத்தால் பெற்ற பயன்.

- குறள் - 524

பொருள்

சுற்றத்தாரால் சூழ்ந்திருக்கும் படியாக வாழ்வதே ஒருவன் செல்வத்தைப் பெற்றதனால் முழு பலனை அடைவான்

திரைப்படப் பாடல்

கோடி கொடுத்தும் உறவினரோடு வாழ்வது தான் இன்பம்
கூட இருந்து பாதி கொடுத்து உண்பது பேரின்பம்
இரை போடும் உள்ளங்கள் என்றும் வாழும் தீபங்கள்
இல்லை என்று சொல்லாத தங்கக் கிண்ணங்கள்

நல்லவர் இல்லம் இது பல்கலைக் கழகம்
இது நடமாடும் தெய்வங்கள் கூடும் சங்கம்
கலகலப்பாக நல்ல ஒளிமயமாக தினம்
கல்யாண வீடென வாழும் இல்லம்

ஆலயம் என்பது வீடாகும் ஆசை வைத்தால்
ஆனந்த மாளிகை போலாகும் சேவை செய்தால்
வண்ணப் பூவை அள்ளும் கையில் வாசம் உண்டு
நல்ல சேவை செய்யும் நெஞ்சில் தெய்வம் உண்டு

திரைப்படம் - **தாமரை நெஞ்சம்**
பாடலாசிரியர் - கவிஞர் **கண்ணதாசன்**

55. நள்ளென் றன்றே யாமம்; சொல்ல விந்து
இனிது அடங்கினரே மாக்கள்;முனிவின்று
நனந்தலை உலகமும் துஞ்சும்;
ஓஓமன்ற யான் துஞ்சா தேனே.

- குறுந்தொகை

பொருள்

நடு இரவு நள்ளென்னும் ஓசையை உடையதாய் இருந்தது. சொல் ஒழிந்து கீழ் மக்களும் மகிழ்வுடன் உறங்கினர். மேன் மக்களும் வெறுப்பின்றி உறங்கினர். அந்தோ நான் ஒருத்தியே உறக்கமில்லாமல் தவிக்கின்றேன்.

திரைப்படப் பாடல்

ஊரு சனம் தூங்கிருச்சி
ஊதக்காத்தும் அடிச்சிருச்சி
பாவி மனம் தூங்கலையே
அதுவும் ஏனோ புரியலையே
ஊரு சனம் தூங்கிருச்சி
ஊதக்காத்தும் அடிச்சிருச்சி
பாவி மனம் தூங்கலையே
அதுவும் ஏனோ புரியலையே

திரைப்படம் - மெல்ல திறந்தது கதவு
பாடலாசிரியர் - கங்கை அமரன்

56. **காதலர் இல்வழி மாலை கொலைக்களத்து**
ஏதிலர் போல வரும்.

- குறள்-1224

பொருள்

காதலர் இல்லாத நேரத்தில் மாலைப்பொழுதானது கொலைக்களத்தில் பகைவர் போல என்னைக் கொல்ல வருகிறது.

திரைப்படப் பாடல்

மாலைப் பொழுது வந்து
படைப்போல கொல்லும் 2
வருவார் வருவார் என்ற
சேதியும் சொல்லும்
ஆலிலை போன்ற உடல்
ஆசையில் துள்ளும் 2
அந்தியிலே இயற்கை
என்னையும் வெல்லும்

அன்புள்ள அத்தான் வணக்கம் உங்கள்
ஆயிழை கொண்டாள் மயக்கம்
அன்புள்ள அத்தான் வணக்கம்
உங்கள் ஆயிழை கொண்டாள் மயக்கம்

திரைப்படம் - **கைராசி**
பாடலாசிரியர் - கவிஞர் **கண்ணதாசன்**

57. மறவற்க மாசற்றார் கேண்மை துறவற்க
துன்பத்துள் துப்பாயார் நட்பு.

- குறள் - 106

பொருள்

குற்றமற்றவரின் உறவை எப்போதும் மறக்கலாகாது. நம் துன்ப காலத்தில் உறுதுணையாக இருந்தவரின் நட்பைக் கைவிடலாகாது.

திரைப்படப் பாடல்

பொன் பொருளை கண்டவுடன்
வந்த வழி மறந்து விட்டுக்
கண்மூடி போகிறவர் போகட்டுமே
என் மனதை நான் அறிவேன்
என் உறவை நான் மறவேன்
எதுவான போதிலும் ஆகட்டுமே
நன்றி மறவாத நல்ல மனம் போதும்
என்றும் அதுவே என் மூலதனம் ஆகும்

கண்ணை நம்பாதே உன்னை ஏமாற்றும்
உன்னை ஏமாற்றும் நீ காணும் தோற்றம்
உண்மை இல்லாதது அறிவை நீ நம்பு
உள்ளம் தெளிவாகும் அடையாளம் காட்டும்
பொய்யே சொல்லாதது பொய்யே சொல்லாதது

திரைப்படம் - **நினைத்ததை முடிப்பவன்**
பாடலாசிரியர் - **மருதகாசி**

58. **உழுவார் உலகத்தார்க்கு ஆணிஅஃது ஆற்றாது**
எழுவாரை எல்லாம் பொறுத்து.

- குறள் - 1032

பொருள்

உழவுத் தொழிலை விட்டுப் பிற தொழில் செய்வோருக்கும், உணவுப் பொருட்களைத் தந்து தாங்குவதனால், உழவுத் தொழில் செய்பவரே உலகத்தாருக்கு அச்சாணி ஆவார்.

திரைப்படப் பாடல்

கைகட்டிச் சேவை செய்து
கண்கள் கெட்டு உள்ளம் கெட்டு
பொய் சொல்லிப் பிச்சை பெற்றால்
அன்னைப் பூமி கேலி செய்வாள்
தேர் கொண்ட மன்னன் ஏது
பேர் சொல்லும் புலவன் ஏது
தேர் கொண்ட மன்னன் ஏது
பேர் சொல்லும் புலவன் ஏது
ஏர் கொண்ட உழவன் இன்றி
போர் செய்யும் வீரன் ஏது
பேர் செய்யும் வீரன் ஏது
போராடும் வேலை இல்லை
யாரோடும் பேதம் இல்லை
ஊரோடும் சேர்ந்துண்ணலாம்

ஆறோடும் மண்ணில் எங்கும் நீரோடும்
ஏரோடும் என்றும் நம்மத் தேரோடும்
போராடும் வேலை இல்லை
யாரோடும் பேதம் இல்லை
ஊரோடும் சேர்ந்து உண்ணலாம்...
ஆறோடும் மண்ணில் எங்கும் நீரோடும்
ஏரோடும் என்றும் நம்மத் தேரோடும்
போராடும் வேலை இல்லை
யாரோடும் பேதம் இல்லை
ஊரோடும் சேர்ந்து உண்ணலாம்...

திரைப்படம் - **பழநி**
பாடலாசிரியர் - கவிஞர் **கண்ணதாசன்**

59. அறத்தாற்றின் இல்வாழ்க்கை ஆற்றின் புறத்தாற்றிற்
போய்ப் பெறுவது எவன்.

- குறள் - 46

பொருள்

ஒருவன் அறநெறியில் நின்று இல்வாழ்க்கை நடத்திப் பெறும் பயனை, பிறநெறியில் சென்று பயன் பெறமுடியுமா? முடியாது.

திரைப்படப் பாடல்

இல்லறம் என்பது நல்லறம் ஆகும்
இதுவே வள்ளுவன் சொன்ன சொல்லாகும்
இல்லறம் என்பது நல்லறம் ஆகும்
இதுவே வள்ளுவன் சொன்ன சொல்லாகும்

குடும்பத்தின் விளக்கு மனைவி என்றாகும்
கோபத்தை மறந்தால் சொர்க்கம் உண்டாகும்
பக்தியின் வடிவம் சந்நியாசம்
புண்ணியவான்கள் சகவாசம் அதுவே சந்தோஷம்
சக்தியின் வடிவம் சம்சாரம் அவளே அன்பின்
அவதாரம் வேண்டாம் வெளி வேஷம்
காசி நாதனே என் தெய்வம்
கட்டிய மனைவி குல தெய்வம்
மனைவியும் தெய்வமும் ஒன்றில்லை
மனைவி இல்லாமல் தெய்வமில்லை
மனைவியும் தெய்வமும் ஒன்றில்லை
மனைவி இல்லாமல் தெய்வம் இல்லை
சரியோ இனி அவளுடன் இருப்பது சரியோ
அவள் துணையினைப் பிரிவது முறையோ
பகை தான் வளரும் பகையே அன்பாய் மலரும்
பிரிந்தவர் இணைந்திடப் படுமோ
கலந்தவர் பிரிந்திடத் தகுமோ
இல்லறம் நல்லறமே

காசிக்குப் போகும் சந்நியாசி
உன் குடும்பம் என்னாகும் நீ யோசி
கங்கைக்குப் போகும் பரதேசி
நீ நேற்று வரையிலும் சுகவாசி

திரைப்படம் - **சந்திரோதயம்**
பாடலாசிரியர் - கவிஞர் **வாலி**

60. நிலத்தியல்பால் நீர்திரிந்து அற்றாகும் மாந்தர்க்கு
இனத்தியல்பது ஆகும் அறிவு.

- குறள்- 452

பொருள்

சேர்ந்த நிலத்தின் தன்மையால் நீரானது தனது இயல்பை இழந்து நிலத்தின் தன்மையை அடைந்துவிடும். அதுபோல் மனிதனின் அறிவும் அவர் சேர்ந்த இனத்தின் தன்மையைப் பெற்று விடுவார்கள்.

திரைப்படப் பாடல்

வான் மழை நீரும் மண்ணின்
குணத்தால் மாற்றம் அடைவதுண்டு
வஞ்சகர் உறவால் நல்ல மனிதரும்
தீயவர் ஆவதுண்டு
உனக்கு முன்னே பிறந்த நிலம்
ஊருக்கெல்லாம் கொடுத்த நிலம்
உனக்கு பின்னும் இருக்குமடா
உரிமை என்றால் சிரிக்குமடா
இயற்கை அன்னை தந்ததெல்லாம்
எல்லோருக்கும் சொந்தமடா
எனது உனது என்பதெல்லாம்
இடையில் மாறும் பந்தமடா
இடையில் மாறும் பந்தமடா...

திரைப்படம் - **எங்க வீட்டு பெண்**
பாடலாசிரியர் - **ஆலங்குடி சோமு**

61. ஊடுக மன்னோ ஒளியிழை யாம் இரப்ப
நீடுக மன்னோ இரா.

- குறள்- 1329

பொருள்

ஒளிபொருந்திய இழையினையுடைய என் காதலி என்னுடன் ஊடுவாளாக. இரவு பொழுதே விடிய வேண்டாம். நீண்டு இருப்பாயாக. நான் என் காதலியின் ஊடலைத் தணிப்பேன்.

திரைப்படப் பாடல்

இரவே இரவே விடியாதே
இன்பத்தின் கதையை முடிக்காதே
இரவே இரவே விடியாதே
இன்பத்தின் கதையை முடிக்காதே
சேவல் குரலே கூவாதே
சேவல் குரலே கூவாதே
சேர்ந்தவர் உயிரைப் பிரிக்காதே
சேர்ந்தவர் உயிரைப் பிரிக்காதே

மடிமீது, தலை வைத்து
விடியும் வரை தூங்குவோம்..
மறுநாள் எழுந்து பார்ப்போம்

வாயின் சிவப்பு விழியிலே
மலர்க் கண் வெளுப்பு இதழிலே
வாயின் சிவப்பு விழியிலே
மலர்க் கண் வெளுப்பு இதழிலே
காயும் நிலவின் மழையிலே
காலம் நடத்தும் உறவிலே

மடிமீது தலை வைத்து
விடியும் வரை தூங்குவோம்...

திரைப்படம் - **அன்னை இல்லம்**
பாடலாசிரியர் - **கவிஞர் கண்ணதாசன்**

62. நதியின் பிழையன்று நறும் புனலின்மை யற்றே
பதியின் பிழையன்று பயந்து நமைப் புரந்தாள்
மதியின் பிழையன்று மகன் பிழையன்று மைந்த
விதியின் பிழை நீயிதற்கென்னை வெகுண்ட தென்றான்.

- கம்பன்

பொருள்

காட்சி

கைகேயி தசரதனோ அல்லது பரதனோ அல்ல இரு வரங்கள் பெற்றாள்.

1. ராமன் 14 ஆண்டுகள் காட்டிலே வசிக்க வேண்டும்
2. பரதன் முடி சூடவேண்டும் இதனை கைகேயின் மூலம் அறிந்த ராமன், மரவுரி தரித்து சீதையுடன் நாட்டைவிட்டு காட்டுக்குச் செல்ல முற்படுகிறான். அப்போது எதிரே வந்த இலட்சுமணன், அவனைக் கண்டு காரணத்தை உணர்ந்து, கைகேயி மற்றும் தசரதன், பரதன் மீது சினங்கொண்டு சீறுகிறான்.

அப்பொழுது ராமன் லட்சுமணனைப் பார்த்து இப்படிச் சொல்லி அவனை தேற்றுகின்றான். நதியிலே நீர் வற்றினால் நதி செய்த பிழையன்று. அதேபோல் எனக்கு இப்படி நடந்ததற்கு தாய் கைகேயியோ, தந்தை தசரதனோ அல்லது பரதனோ அல்ல. இவை அனைத்தும் விதியின் பிழையே. இதற்காக நீ ஏன் சினம் கொள்கிறாய் என்று இராமன் இலட்சுமணனைப் பார்த்து சொல்கின்றான்.

இப்பாடலின் தாக்கத்தை கவிஞர் தன் பாடலில் கையாண்ட விதத்தைப் பார்க்கலாம்...

திரைப்படப் பாடல்

நதி வெள்ளம் காய்ந்துவிட்டால்
நதி செய்த குற்றம் இல்லை
விதி செய்த குற்றமன்றி வேறே யாரம்மா
நதி வெள்ளம் காய்ந்துவிட்டால்
நதி செய்த குற்றம் இல்லை
விதி செய்த குற்றமன்றி வேறு யாரம்மா

பறவைகளே பதில் சொல்லுங்கள்
மனிதர்கள் மயங்கும் போது நீங்கள் பேசுங்கள்
மனதுக்கு மனது கொஞ்சம் தூது செல்லுங்கள்

நல்லவர்க்கெல்லாம் நல்லவர்க்கெல்லாம்
சாட்சிகள் ரெண்டு ஒன்று மனசாட்சி
ஒன்று தெய்வத்தின் சாட்சியம்மா தெய்வத்தின் சாட்சியம்மா

ஆண்டவன் அறிய நெஞ்சில் ஒரு துளி வஞ்சம் இல்லை
அவனன்றி எனக்கு வேறு ஆறுதல் இல்லை
ஆண்டவன் அறிய நெஞ்சில் ஒரு துளி வஞ்சம் இல்லை
அவனன்றி எனக்கு வேறு ஆறுதல் இல்லை
மனிதனம்மா மயங்குகிறேன் தவறுக்குத்
துணிந்த மனிதன் அழுவதில்லையே
தவறியும் வானம் மண்ணில் விழுவதில்லையே

நல்லவர்க்கெல்லாம் சாட்சிகள் ரெண்டு
ஒன்று மனசாட்சி ஒன்று தெய்வத்தின் சாட்சியம்மா

திரைப்படம் - **தியாகம்**
பாடலாசிரியர் - கவிஞர் **கண்ணதாசன்**

63. நன்னீரை வாழி அனிச்சமே நின்னினும்
மென்னீரள் யாம்வீழ் பவள்.

- குறள்1111

பொருள்

அனிச்ச மலரே, மென்மையின் சிறப்பாக உன்னைச் சொல்லி போற்றுவது உண்டு. நான் காதல் வயப்பட்ட பெண் உன்னைவிட மென்மையானவள் என்பதை அறிவாயாக.

திரைப்படப் பாடல்

பூவினும் மெல்லிய பூங்கொடி
பொன்னிறம் காட்டும் பைங்கிளி
சிறு மாவிலை பின்னிய தோரணம்
இருமைவிழி நாடகக் காவியம்
அவள் வாழ்க தினம் வாழ்க
இந்த ஏழை நெஞ்சின் கோவிலில் தெய்வப் பெண்ணாக 2

மூன்றாம் பிறையில் பார்த்தது
பூரண நிலவாய் ஆனது
பிள்ளைத் தமிழை கேட்டது
கன்னித் தமிழில் பாடுது
கண்கள் பேசும் ஜாடை என்னவோ
கால்கள் போகும் பாதை என்னவோ
பெண்மை மாலை சூடும் அல்லவோ
சொந்த வீடும் மாறும் அல்லவோ

திரைப்படம் - **கண்ணன் வருவான்**
பாடலாசிரியர் - **கவிஞர் கண்ணதாசன்**

64. மன்னுயிர் எல்லாம் துயிற்றி அளித்திரா
என்னலல்லது இல்லை துணை.

- குறள் - 1168

பொருள்

இந்த இரவானது புவியில் வாழும் அனைத்து உயிரினங்களையும் உறங்க வைக்கின்றது. ஆனால் அந்த இரவுக்கு நானே துணையாக உறங்காமல் விழித்து இருக்கின்றேன்.

திரைப்படப் பாடல்

ஊரெல்லாம் தூங்கையிலே
விழித்திருக்கும் என் இரவு
உலகமெல்லாம் சிரிக்கையிலே
அழுதிருக்கும் அந்த நிலவு
ஊரெல்லாம் தூங்கையிலே
விழித்திருக்கும் என் இரவு
உலகமெல்லாம் சிரிக்கையிலே
அழுதிருக்கும் அந்த நிலவு
பாதையிலே வெகு தூரம்
பயணம் போகின்ற நேரம்
காதலை யார் மனம் தேடும் இதில்
நான் அந்த மான் நெஞ்சை
நாடுவதெங்கே கூறு

ஓடும் மேகங்களே ஒரு சொல் கேளீரோ
ஆடும் மனதினிலே ஆறுதல் தாரீரோ

திரைப்படம் - **ஆயிரத்தில் ஒருவன்**
பாடலாசிரியர் - கவிஞர் **கண்ணதாசன்**

65 பூவொடுங்கின விரவு புள்ளொடுங்கின பொழில்கண்
மாவொடுங்கின மரனுமிலைவொடுங்கின கிளிகள்
நாவொடுங்கின மயில்கள் நடமொடுங்கின குயில்கள்
கூவொடுங்கின பிளிறு குரலொடுங்கின களிறு

- கம்பன்

மண்டுயின்றன நிலையமலைதுயின்றன மருவில்
பண்டுயின்றன விரவு பணிதுயின்றன பகரும்
விண்டுயின்றன கழுதும் விழிதுயின்றன பழுதில்
கண்டுயின்றல நெடிய கடல்துயின்றன களிறு.

- கம்பன்

பொருள்

பூக்கள் பூக்காமல் உறங்கின. புற்கள் தலை சாய்ந்தன. விலங்குகள் உறங்கின, மரங்களும் இலைகளும் கூட அசையாமல் உறங்கின. கிளிகள் மொழி மறந்தன.

மயில்கள் நடனத்தை மறந்தன. குயில்கள் கூவுவதை விட்டொழித்தன யானைகள் பிளிறாமல் ஒடுங்கின.

மண்ணில் வாழ்பவையும் மலையில் வாழ்பவையும் விண்ணில் பறப்பவையும் என அனைத்து உயிரினங்களும் பேயும் கூட உறங்கின.

குற்றமற்ற இராமன் சீதையின் பிரிவால் உறங்காமல் விழித்து இருந்து வருந்தினான்.

திரைப்படப் பாடல்

பூவுறங்குது பொழுதுமுறங்குது
நீ உறங்கவில்லை நிலவே
கானுறங்குது காற்றுமுறங்குது
நான் உறங்கவில்லை நான் உறங்கவில்லை.
பூவுறங்குது பொழுதுமுறங்குது
நீ உறங்கவில்லை நிலவே
கானுறங்குது காற்றுமுறங்குது
நான் உறங்கவில்லை நான் உறங்கவில்லை.

மானுறங்குது மயிலுமுறங்குது
மனம் உறங்கவில்லை
மானுறங்குது மயிலுமுறங்குது
மனம் உறங்கவில்லை
என் வழியுறங்குது மொழியுமுறங்குது
விழியுறங்கவில்லை

பூவுறங்குது பொழுதுமுறங்குது
நீ உறங்கவில்லை நிலவே
கானுறங்குது காற்றுமுறங்குது
நான் உறங்கவில்லை நான் உறங்கவில்லை.

தென்றலிலே எனது உடல் தேய்ந்தது பாதி அது
தின்றதெல்லாம் போக இங்கே இருப்பது மீதி
திங்கள் நீயும் பெண் குலமும் ஒரு வகை சாதி
தெரிந்திருந்தும் கொல்ல வந்தாய் என்னடி நீதி

பூவுறங்குது பொழுதுமுறங்குது
நீ உறங்கவில்லை நிலவே
கானுறங்குது காற்றுமுறங்குது
நான் உறங்கவில்லை நான் உறங்கவில்லை.

திரைப்படம் - **தாய் சொல்லைத் தட்டாதே**
பாடலாசிரியர் - **கவிஞர் கண்ணதாசன்**

66. மதியும் மடந்தை முகனும் அறியாப்
பதியின் கலங்கிய மீன்.

- குறள் -1116

பொருள்

மங்கையின் முகத்துக்கும் நிலவுக்கும் வேறுபாடு தெரியாமல் விண்மீன்கள் மயங்கித் தவிக்கின்றன.

திரைப்படப் பாடல்

சிறு மணல் வீட்டில் குடியேறும் நண்டானது
இவள் கண் பார்த்து மீன் என்று திண்டாடுது (2)

பொங்கும் நுரையோடு கரையேறும் அலையானது
இந்தப் பெண் பார்த்து நிலவென்று விளையாடுது

கடலோரம் வாங்கிய காற்று
குளிராக இருந்தது நேற்று
கததகப்பா மாறிடுமோ
காதலித்தால் ஆறிடுமோ

திரைப்படம் - **ரிக்ஷாக்காரன்**
பாடலாசிரியர் - **கவிஞர் வாலி**

67. ஈன்ற பொழுதின் பெரிதுவக்கும் தன்மகனைச்
சான்றோன் எனக்கேட்ட தாய்.

- குறள்- 69

பொருள்

ஒரு பிள்ளையைப் பெற்றெடுக்கும் பொழுது ஒரு தாய் எந்த அளவு மகிழ்ச்சி அடைவாளோ அதைவிட ஈன்ற தன் மகன் சிறந்த அறிவுடையவனாக விளங்குகின்றான் என்பதைக் கேட்டு மிகுந்த மகிழ்ச்சி அடைவாள்.

திரைப்படப் பாடல் - 1

ஆளும் வளரணும் அறிவும் வளரணும்
அதுதாண்டா வளர்ச்சி
ஆளும் வளரணும் அறிவும் வளரணும்
அதுதாண்டா வளர்ச்சி
உன்னை ஆசையோடு ஈன்றவளுக்கு
அதுவே நீ தரும் மகிழ்ச்சி
ஆசையோடு ஈன்றவளுக்கு
அதுவே நீ தரும் மகிழ்ச்சி
நாளும் ஒவ்வொரு பாடம் கூறும்
காலம் தரும் பயிற்சி
உன் நரம்போடு தான் பின்னி வளரனும்
தன்மான உணர்ச்சி
உன் நரம்போடு தான் பின்னி வளரனும்
தன்மான உணர்ச்சி
சின்னப்பயலே சின்னப்பயலே
சேதி கேளடா...

திரைப்படம் - **அரசிளங்குமரி**
பாடலாசிரியர் - **பட்டுக்கோட்டை கல்யாணசுந்தரம்**

திரைப்படப் பாடல் - 2

பத்துத் திங்கள் சுமந்தாளே
அவள் பெருமைப் படவேண்டும்
உன்னைப் பெற்றதனால் அவள்
மற்றவராலே போற்றப்பட வேண்டும்

கற்றவர் சபையில் உனக்காகத்
தனியிடமும் தர வேண்டும்
உன் கண்ணில் ஒரு துளி
நீர் வந்தாலும் உலகம் அழ வேண்டும்

நான் ஏன் பிறந்தேன்
நாட்டுக்கு நலம் என்ன புரிந்தேன்
என்று நாளும் பொழுதும்
வாழும் வரையில் நினைத்திடு என் தோழா
நினைத்து செயல்படு என் தோழா
உடனே செயல்படு என் தோழா

திரைப்படம் - **நான் ஏன் பிறந்தேன்**
பாடலாசிரியர் - **கவிஞர் வாலி**

68. சென்றே எறிப ஒருகால் சிறுவரை
நின்றே எறிப பறையினை நன்றேகாண்
முக்காலைக் கொட்டினுள் மூடித்தீக் கொண்டுஎழுவர்
செத்தாரைச் சாவார் சுமந்து.

- நாலடியார் - 24

பொருள்

இறந்த உடலைக் கொண்டு போக ஒருமுறையும் பிணச் சடங்குகள் நடக்கும் போது ஒருமுறை சிறுபொழுதும் இடுகாட்டில் தீமூட்டும் போது ஒருமுறையும் ஆக மூன்று முறை பறையொலி எழுப்பிச் செத்த பிணத்தை இனி சாகப்போகிற பிணங்கள் சுமந்து செல்லும், மரணம் எல்லோருக்கும் நிச்சயம். இன்று பிணம் சுமந்து செல்வாரும் ஒருநாள் பிணமாவார் என்பது கருத்து.

திரைப்படப் பாடல்

இறந்தவனை சுமந்தவனும் இறந்துட்டான்
அதை இருப்பவனும் எண்ணிப் பார்க்க மறந்துட்டான்
இறந்தவனை சுமந்தவனும் இறந்துட்டான்
அதை இருப்பவனும் எண்ணிப் பார்க்க மறந்துட்டான்
பறந்து பறந்து பணம் தேடி
பாவக் குளத்தில் நீராடி
பறந்து பறந்து பணம் தேடி
பாவக் குளத்தில் நீராடி
பிறந்து வந்த நாள் முதலாய்
பேராசையுடன் உறவாடி
இறந்தவனை அப்படி இறந்தவனைச்
சுமந்தவனும் இறந்துட்டான்
அதை இருப்பவனும் எண்ணிப் பார்க்க மறந்துட்டான்

திரைப்படம் - **இரவும் பகலும்**
பாடலாசிரியர் - **ஆலங்குடி சோமு**

69. பிறர்க்குஇன்னா முற்பகல் செய்யின் தமக்கின்னா
பிற்பகல் தாமே வரும்.

- குறள் - 319

பொருள்

முற்பகலில் ஒருவன் செய்யும் துன்ப செயல், பிற்பகலில் அவனை வந்து அடையும். எனவே பிறருக்குத் துன்பம் தரும் செயல்களைச் செய்யாதீர்கள்.

திரைப்படப் பாடல்

அட ஆடியில் செய்தவன்
ஆவணி வந்ததும் அனுபவிப்பானடா
அவன் தேடிய வினையே
வீட்டுக்கு வரலாம் பின்னால் பாரடா

வாழும் மட்டும் நன்மைக்காக
வாழ்ந்து பார்ப்போம் வாடா நைனா
வாழ்வு யார் பக்கம்
அது நல்லவர் பக்கம்
வாழ்வு யார் பக்கம்
அது நல்லவர் பக்கம்

திரைப்படம் - **காளி**
பாடலாசிரியர் - கவிஞர் **கண்ணதாசன்**

70. ஊடி யவரை உணராமை வாடிய
வள்ளி முதலரிந் தற்று.

- குறள்-1304

பொருள்

ஊடிப் பிணங்கிய வரைத் தெளிவித்து அன்பு செய்யாமல் கைவிடுதல், முன்பே நீரில்லாது வாடிப்போன வள்ளிக்கொடியின் வேரை அறுப்பது போன்றது ஆகும்.

திரைப்படப் பாடல்

அழகான ராட்சசியே
அடி நெஞ்சில் குதிக்கிறியே
முட்டாசு வார்த்தையிலே
பட்டாசு வெடிக்கிறியே
அடி மனச அருவாமனையில்
அறுக்குறியே
அழகான ராட்சசியே
அடி நெஞ்சில் குதிக்கிறியே
முட்டாசு வார்த்தையிலே
பட்டாசு வெடிக்கிறியே
அடி மனச அருவாமனையில்
அறுக்குறியே

திரைப்படம் - **முதல்வன்**
பாடலாசிரியர் - கவிஞர் **வைரமுத்து**

71. **மேலிருந்தும் மேலல்லார் மேலல்லர் கீழிருந்தும்**
கீழல்லார் கீழல் லவர்.

- குறள் - 973

பொருள்

செயற்கரிய செயல்களை செய்யாதவர் உயர்ந்த இடத்தில் இருந்தாலும் அவர்களை பெரியவர்களாக இந்த உலகம் ஏற்றுக்கொள்ளாது. அதேசமயம் செயற்கரிய செயல்களைச் செய்பவர் தாழ்ந்த இடத்தில் இருந்தாலும் அவர்களை உயர்வாக கருதும் இவ்வுலகம்.

திரைப்படப் பாடல்

ஒரு மேதை பகல் வேளை
கையில் விளக்குடன் சென்றாராம்
ஒரு மேதை பகல் வேளை
கையில் விளக்குடன் சென்றாராம்
மனிதன் எங்கே மனிதன் எங்கே காணவில்லை
தேடுகிறேன் நான் என்றாராம்
பிறப்பால் வளர்ப்பால் இருப்பவர் எல்லாம்
மனிதர்கள் அல்ல என்றாராம்
இனத்தால் அல்ல மனத்தால் மட்டும்
வாழ்பவன் மனிதன் என்றாராம்
வாழ்பவன் மனிதன் என்றாராம்

தம்பிக்கு ஒரு பாட்டு அன்பு தங்கைக்கு ஒரு பாட்டு
வாழ்வில் நம்பிக்கை வளர்வதற்கு உதவும்
நான் சொல்லும் கதை பாட்டு

திரைப்படம் - **நான் ஏன் பிறந்தேன்**
பாடலாசிரியர் - **அவினாசி மணி**

72. **இவ்வண்ணம் நிகழ்ந்த வண்ண மினியிந்த வுலகுக் கெல்லாம்**
உய்வண்ண மன்றி மற்றோர் துயர்வண்ண முறுவதுண்டோ
மைவண்ணத் தரக்கி போரின் மழை வண்ணத் தண்ணலேயுன்
கைவண்ண மங்குக் கண்டேன் கால்வண்ண மிங்குக் கண்டேன்.

- கம்பன்.

பொருள்

இப்படியெல்லாம் இராமனின் திரு அவதாரச் செயல்களைக்கண்ட விசுவாமித்திரன், இந்த உலகத்திற்கு உன்னால் துன்பம் நீங்கி நன்மையே விளைய போகிறது என்றும் மை வண்ணம் (கருப்பு) கொண்ட அரக்கி தாடகையை உன் வில்லின் வலிமையால் அழித்தபோது, மழை போன்று கருணை கொண்ட வள்ளல் தன்மை உடைய உன் கையின் வீரத்தையும், உன் கால் பட்டவுடன் அகலிகைக்குப் பாவ விமோசனம் கிடைத்தமையால் உன் பாதத்தின் பெருமையையும் நான் கண்டு மகிழ்ச்சி உற்றேன் என்று கூறினார்.

திரைப்படப் பாடல்

வண்ணம் என்ற வார்த்தையைக் கம்பன்
பலமுறை பயன்படுத்தியிருப்பார்.
இதனைக் கண்ட கண்ணதாசன் தன் பாடலில் அதனைக்
கையாண்டார்.
பால் வண்ணம் பருவம் கண்டு
வேல் வண்ணம் விழிகள் கண்டு
மான் வண்ணம் நான் கண்டு வாடுகிறேன்

கண் வண்ணம் அங்கே கண்டேன்
கை வண்ணம் இங்கே கண்டேன்
பெண் வண்ணம் நோய் கொண்டு வாடுகிறேன்

திரைப்படம் - **பாசம்**
பாடலாசிரியர் - கவிஞர் **கண்ணதாசன்**

73. வாள்போல் பகைவரை அஞ்சற்க அஞ்சுக
கேள்போல் பகைவர் தொடர்பு.

- குறள் - 882

பொருள்

வாளைப் போல் வெளிப்பட்டு நிற்கும் பகைவரைக் கண்டு அஞ்ச வேண்டாம். ஏனெனில் அவரிடம் நாம் தெளிவாக இருப்போம். அதே சமயம் சுற்றத்தார் போல் அன்பு காட்டி உள்ளத்தில் பகை மறைத்து வாழ்பவரிடம் மிக எச்சரிக்கையாக இருக்க வேண்டும். அவர்களைக் கண்டு அஞ்ச வேண்டும்.

திரைப்படப் பாடல்

தொட்டால் சுடுவது நெருப்பாகும்
தொடாமல் சுடுவது சிரிப்பாகும்
தெரிந்தே கெடுப்பது பகையாகும்
தெரியாமல் கெடுப்பது உறவாகும்

அண்ணன் காட்டிய வழியம்மா
இது அன்பால் விளைந்த பழியம்மா
கண்ணை இமையே கெடுத்ததம்மா
என் கையே என்னை அடித்ததம்மா
அண்ணன் காட்டிய வழியம்மா

திரைப்படம் - **படித்தால் மட்டும் போதுமா**
பாடலாசிரியர் - **கவிஞர் கண்ணதாசன்**

74. கொண்டு விண்படர் கருடன்வாய் கொடுவரிநாகம்
விண்ட நாகத்தின் வாயினில் வெருண்டவன் தேரை
மண்டு தேரையின் வாயினில் அகப்படு வண்டு
வண்டு தேனுகரின்பமே மானிடரின்பம்.

- விவேக சிந்தாமணி

பொருள்

வண்டு தேனை ருசித்துக் கொண்டு இன்பம் அடைகின்றது. ஆனால் அந்த வண்டோ தேரையின் வாயில் உள்ளது என்பதை மறந்து விட்டது. தேரை வண்டை உண்ணத் தயாராகின்றது. ஆனால் அந்தத் தேரை நாகத்தின் வாயில் உள்ளது என்பதை மறந்து விட்டது. நாகம் தேரையை ருசிக்கின்றது. ஆனால் அந்தக் கொடுவரி நாகமோ கருடனின் வாயில் அகப்பட்டு இருக்கிறது. மானிடன் பெறும் இன்பமும் இத்தகையதே.

திரைப்படப் பாடல்

குளம் குளமாய் தவம் கிடந்து கொக்கு சிரிக்குது
அது கொத்தப் போவதை மறந்து மீனும் சிரிக்குது
குளத்தை விட்டுக் கரையில் ஏறி நண்டு சிரிக்குது
அதைக் கொண்டு போய் உண்டு பார்க்க நரியும் சிரிக்குது

ஆண்டவனின் தோட்டத்திலே அழகு சிரிக்குது
ஆகாயம் பூமியெங்கும் இளமை சிரிக்குது
ஆண்டவனின் தோட்டத்திலே அழகு சிரிக்குது
ஆகாயம் பூமியெங்கும் இளமை சிரிக்குது
ஆகாயம் பூமியெங்கும் இளமை சிரிக்குது
வேண்டும் மட்டும் குலுங்கிக் குலுங்கி நானும் சிரிப்பேன்
அந்த விதியைக் கூட சிரிப்பினாலே விரட்டி அடிப்பேன்

திரைப்படம் - **அரங்கேற்றம்**
பாடலாசிரியர் - கவிஞர் **கண்ணதாசன்**

75 **நற்பொருள் நன்குணர்ந்து சொல்லினும் நல்கூர்ந்தார்**
சொற்பொருள் சோர்வு படும்.

- குறள் - 1046

பொருள்

வறுமையில் இருக்கும் ஒருவர், தெளிவான அறிவான கருத்துக்களை எடுத்துச் சொன்னாலும் அது சபையில் எடுபடாது அல்லது இவ்வுலக மக்கள் அதைப் பெரிதாக மதிக்க மாட்டார்கள்.

திரைப்படப் பாடல் - 1

படித்தவன் கருத்தெல்லாம் சபை ஏறுமா?
பொருள் படைத்தவன் கருத்தானால் சபை மீறுமா?
படித்தவன் படைத்தவன் யாராயினும்
பலம் படைத்திருந்தால் அவனுக்கு இணையாகுமா?

கல்வியா செல்வமா வீரமா?
அன்னையா தந்தையா தெய்வமா?

திரைப்படம் - **சரஸ்வதி சபதம்**
பாடலாசிரியர் - கவிஞர் **கண்ணதாசன்**

திரைப்படப் பாடல் - 2

ஒன்னும் தெரியா ஆளானாலும் பணமிருந்தாலே
அவனை உயர்த்திப் பேச மனித கூட்டம் நாளும் தப்பாதே
ஒன்னும் தெரியா ஆளானாலும் பணமிருந்தாலே
அவனை உயர்த்திப் பேச மனித கூட்டம் நாளும் தப்பாதே
என்ன அறிவு இருந்திட்டாலும் பணமில்லாத ஆளை
என்ன அறிவு இருந்திட்டாலும் பணமில்லாத ஆளை
உலகம் எந்த நாளும் மனிதனாக மதிக்க மாட்டாதே

பணம் பந்தியிலே குணம் குப்பையிலே
இதைப் பார்த்து அறிந்து நடக்காதவன் மனிதனில்லே
பிழைக்கும் மனிதனில்லே.

திரைப்படம் - **பணம் பந்தியிலே**
பாடலாசிரியர் - k.m.**ஷெரிப்**

திரைப்படப் பாடல் - 3

தாயைத் தவிர தந்தையைத் தவிர
காசால் எதையும் வாங்கிடலாம்
தாயைத் தவிர தந்தையைத் தவிர
காசால் எதையும் வாங்கிடலாம்
தலையா பூவா போட்டுப் பார்த்து
தலை வணங்காமல் வாழ்ந்திடலாம்

கல்லறை கூட சில்லரை இருந்தால்
வாய் திறந்தே மொழி பேசுமடா
கல்லறை கூட சில்லரை இருந்தால்
வாய் திறந்தே மொழி பேசுமடா
இல்லாதவன் சொல் சபையேறாமல்
ஏளனமாகப் போகுமடா

காசேதான் கடவுளப்பா அந்தக்
கடவுளுக்கும் இது தெரியுமப்பா

திரைப்படம் - **சக்கரம்**
பாடலாசிரியர் - கவிஞர் **வாலி**

76. ஒருநாள் எழுநாள்போல் செல்லும் சேட்சென்றார்
வருநாள்வைத்து ஏங்கு பவர்க்கு.

- குறள் - 1269

பொருள்

என்னை விட்டு விலகிச் சென்றவர் ஒரு நாள்தான் என இருந்தாலும் பிரிவின் வருத்தத்தினால் ஏழு நாட்கள் போல தோன்றும். அவருக்காகக் காத்திருக்கும் ஒவ்வொரு நாளும் மெதுவாகச் செல்லும் என்பதையே இது உணர்த்துகின்றது.

திரைப்படப் பாடல்

நிமிஷங்கள் ஒவ்வொன்றும் வருஷங்களாகும்
நீ என்னை நீங்கிச் சென்றாலே
வருஷங்கள் ஒவ்வொன்றும் நிமிஷங்களாகும்
நீ எந்தன் பக்கம் நின்றாலே

மெய்யாக நீ என்னை விரும்பாத போதும்
பொய்யொன்று சொல் கண்ணே என் ஜீவன் வாழும்
நிஜம் உந்தன் காதல் என்றாலே

என்னைக் காணவில்லையே நேற்றோடு
எங்கும் தேடிப் பார்க்கிறேன் காற்றோடு
உயிர் ஓடிப் போனதோ உன்னோடு அன்பே
நான் நிழலில்லாதவன் தெரியாதா
என் நிழலும் நீ எனப் புரியாதா
உடல் நிழலைச் சேரவே முடியாதா அன்பே...

திரைப்படம் - **காதல் தேசம்**
பாடலாசிரியர் - கவிஞர் **வாலி**

77. **வந்தெனைக் கரம்பற்றிய வைகல்வாய்**
இந்த விப்பிறவிக்கு இரு மாதரைச்
சிந்தை யாலும் தொடேன் என்ற செல்வரம்
தந்த வார்த்தை திருச்செவி சாற்றுவாய்.

- கம்பன்

காட்சி

அசோகவனத்தில் சீதையைக் கண்ட அனுமனிடம், இராமனுக்கும் தனக்கும் மட்டுமே தெரிந்த சில குறிப்புகளை சீதை பகிர்ந்து கொள்கிறாள். இராமன் அனுமன் தன்னைத்தான் கண்டான் என்பதை உறுதிப் படுத்துவதற்காக இந்த நிகழ்வுகளை நினைவு படுத்தினாள்.

பொருள்

இராமன் என்னைக் கரம் பற்றிய நேரத்தில் இந்தப் பிறவியில் உன்னைத் தவிர வேறொரு பெண்ணை மனத்தினாலும் நினைக்க மாட்டேன் என்று எனக்கு செம்மையான வரம் ஒன்றைத் தந்தார். இதனை அவரது திருச்செவிக்கு எட்டுமாறு சொல்வாயாக என்று அனுமனிடம் சீதை கூறினாள்.

திரைப்படப் பாடல்

உன்னையல்லால் ஒரு பெண்ணை இனி நான்
உள்ளத்தினாலும் தொடமாட்டேன்
உன் உள்ளமும் இருப்பது என்னிடமே அதை
உயிர் போனாலும் தர மாட்டேன்

மயக்கமென்ன இந்த மௌனம் என்ன

திரைப்படம் - **வசந்த மாளிகை**
பாடலாசிரியர் - கவிஞர் **கண்ணதாசன்**

**78. தெய்வம் தொழாஅள் கொழுநன் தொழுதெழுவாள்
பெய்யெனப் பெய்யும் மழை.**

- குறள் - 55

பொருள்

தன் கணவனை தெய்வமெனக் கருதி அவனைத் தொழுது எழும் மனைவியானவள் தேவைப்படும் நேரத்தில் பெய்யும் மழையைப் போன்றவள்.

திரைப்படப் பாடல்

எங்கள் வானத்து வெண்ணிலவாம்
இவள் இன்னொரு வீட்டுக்கு விளக்கானாள்
எங்கள் வானத்து வெண்ணிலவாம்
இவள் இன்னொரு வீட்டுக்கு விளக்கானாள்
எங்கள் குலமலர்க் கண்மணியாம்,
இவள் இன்னொரு குடும்பத்தின் கண்ணானாள்
தாய் வழி வந்த நாணமும் மானமும்
தன் வழி கொண்டு நடப்பவளாம்
கோயிலில் இல்லை கும்பிடும் தெய்வம்
கொண்டவன் என்றே நினைப்பவளாம்

திருநிறைசெல்வி மங்கையர்க்கரசி
திருமணம் கொண்டாள் இனிதாக
திருமணம் கொண்டாள் இனிதாக

திரைப்படம் - **இதயவீணை**
பாடலாசிரியர் - கவிஞர் **வாலி**

79. **தோள்கண்டார் தோளேகண்டார் தொடுகழற் கமலமன்ன
தாள்கண்டார் தாளே கண்டார் தடக்கை கண்டாருமஃதே
வாள்கொண்ட கண்ணார் யாரே வடிவினை முடியக் கண்டார்
ஊழ் கொண்ட சமயத்தண்ணார் உருவுகண்டாரையொத்தார்.**

- கம்பன்

பொருள்

இராமபிரானின் தோள் அழகைக் கண்டு பிரமித்துப் போய் மயங்கிய நிலையில், தோளின் அழகை ரசித்துக் கொண்டு இருந்தனர். அணிந்த வீரக்கழலையுடைய தாமரை மலர்கள் போன்ற திருவடிகளைக் கண்டவர்கள், அத்திருவடிகளையே பார்த்து நின்றார்கள். பெரிய திருக்கைகளின் அழகைக் கண்டவர்களும் அவ்வண்ணமே பார்த்துக் கொண்டிருந்தனர். வாளையொத்தக் கண்களுடைய பெண்கள் யாவருமே இராமனது முழு வடிவினையும்காண முடியவில்லை.

ஊழின் காரணமாக ஒவ்வொரு மதத்திலும் பிறந்தவர்கள் அவர்களது பெருமானது உருவமாக இராமனைக் கண்டார்கள்.

திரைப்படப் பாடல்

தோள் கண்டேன் தோளே கண்டேன்
தோளில் இரு கிளிகள் கண்டேன்
வாள் கண்டேன் வாளே கண்டேன்
வட்டமிடும் விழிகள் கண்டேன்
தோள் கண்டேன் தோளே கண்டேன்...

திரைப்படம் **இதயக்கமலம்**
பாடலாசிரியர் - கவிஞர் **கண்ணதாசன்**

80. **அன்பேதகழியா ஆர்வமே நெய்யாக**
இன்பு உருகு சிந்தை இடுதிரியாநண்பு உருகி
ஞானச்சுடர் விளக்கு ஏற்றினேன் நாரனற்கு
ஞானத் தமிழ் புரிந்த நான்.

- பூதத்தாழ்வர்

பொருள்

அன்பையே அகல் விளக்காகவும் கொண்ட ஆசையை நெய்யாகவும், இன்பத்துடன் உருகும் என் எண்ணமே இடுதிரியாகவும் நன்கு உருகி உனக்கு ஞானச்சுடர் விளக்கு ஏற்றினேன், ஞானத் தமிழ் பயின்ற நான்.

திரைப்படப் பாடல்

அன்பெனும் அகல் விளக்கை ஏற்றி வைத்தேன்
அதில் ஆசை என்னும் நெய்யை ஊற்றி வைத்தேன்
அன்பெனும் அகல் விளக்கை ஏற்றி வைத்தேன்
அதில் ஆசை என்னும் நெய்யை ஊற்றி வைத்தேன்
என் மனம் உருகிடவே பாடி வந்தேன்
என் மனம் உருகிடவே பாடி வந்தேன்
உன் ஏழுமலை ஏறி ஓடி வந்தேன்
ஏழுமலை ஏறி ஓடி வந்தேன்
திருப்பதி மலை வாழும் வெங்கடேசா
திருமகள் மனம் நாடும் சீனிவாசா ஏழுமலைவாசா

திரைப்படம் - **திருமலை தென்குமரி**
பாடலாசிரியர் - கவிஞர் **கண்ணதாசன்**

81. **கண்ணொடு கண்ணிணை நோக்கொக்கின் வாய்ச்சொற்கள் என்ன பயனும் இல.**

- குறள் - 1100

பொருள்

தலைவனும் தலைவியும் கருத்து ஒருமித்து அன்புடன் ஒருவரையொருவர் நோக்கும் பொழுது கிடைக்கும் இன்பத்தை விட வாய்ச் சொற்கள் எந்த பயனும் தராது.

திரைப்படப் பாடல்

பார்வை ஒன்றே போதுமே
பல்லாயிரம் சொல் வேண்டுமா
பார்வை ஒன்றே போதுமே
பல்லாயிரம் சொல் வேண்டுமா
பேசாத கண்ணும் பேசுமா
பெண் வேண்டுமா பார்வை போதுமா
பார்வை ஒன்றே போதுமே

திரைப்படம் - யார் நீ
பாடலாசிரியர் - கவிஞர் **கண்ணதாசன்**

82. நீரிலே முளைத்தெழுந்த தாமரையின் ஓரிலை
நீரினோடு கூடிநின்று நீரிலாத வாறுபோல்
பாரிலே முளைத்தெழுந்த பண்டிதப் பராபரம்
பாரினோடு கூடிநின்ற பண்புகண் டிருப்பீரே

- சிவவாக்கியர்

பொருள்

தாமரை நீரிலே முளைத்து எழுந்த மலர் நீரோடு வளரும் தாமரை, நீர் ஒட்டாத அளவு வளரும்.

இறைவன் உலகில் உள்ள அனைத்து உயிர்களிலும் பொருட்களிலும் நிறைந்து இருக்கின்றான். ஆனால் எவற்றோடும் ஒட்டாமல் விலகியே இருப்பான்.

திரைப்படப் பாடல்

பட்டும் படாமலே தொட்டும் தொடாமலே
தாமரை இளைத்த நீர் போல் நீ
ஒட்டி ஒட்டாமல் இரு
தாமரை இளைத்த நீர் போல் நீ
ஒட்டி ஒட்டாமல் இரு

மாயா மாயா மாயா எல்லாம் மாயா
சாயா சாயா சாயா எல்லாம் சாயா

திரைப்படம் - **பாபா**
பாடலாசிரியர் - கவிஞர் **வாலி**

83. **ஆடு நாடுதேடினும் ஆனைசேனை தேடினும்**
கோடிவாசி தேடினும் குறுக்கே வந்து நிற்குமோ
ஓடியிட்ட பிச்சையும் உகந்து செய்த தர்மமும்
சாடிவிட்ட குதிரைபோல தர்மம் வந்து நிற்குமே.
சிவவாக்கியர்

பொருள்

மன்னனாக இருந்தாலும் சரி, பணக்காரனாக இருந்தாலும் சரி, உன் இறுதிக் காலத்தில் உன்னைக் காப்பாற்ற அது முன்வராது. நீயாகத் தேடி சென்று செய்த தர்மமும், உதவியும், குதிரை போல வேகமாக வந்து உன் இறுதிக் காலத்தில் துணை நிற்கும்.

திரைப்படப் பாடல்

மலை போலே வரும் சோதனை யாவும்
பனி போல் நீங்கி விடும்
மலை போலே வரும் சோதனை யாவும்
பனி போல் நீங்கி விடும்
நம்மை வாழ விடாதவர் வந்து
நம் வாசலில் வணங்கிட வைத்து விடும்

செய்த தர்மம் தலை காக்கும்
தக்க சமயத்தில் உயிர் காக்கும்
கூட இருந்தே குழி பறித்தாலும்
கொடுத்தது காத்து நிற்கும்...

திரைப்படம் - **தர்மம் தலை காக்கும்**
பாடலாசிரியர் - கவிஞர் **கண்ணதாசன்**

84 **கொக்கொக்க கூம்பும் பருவத்து மற்றதன்**
குத்தொக்க சீர்த்த இடத்து.

- குறள் - 490

பொருள்

ஒரு காரியத்தை முடிக்க பொறுமையோடு கொக்கைப் போல காத்திருக்க வேண்டும். அதேவேளை, அதற்கு உரிய சமயம் வரும் பொழுது கொக்கு மீனைக் கொத்துவது போல அக்காரியத்தை செய்து முடிக்க வேண்டும்.

திரைப்படப் பாடல்

கொக்கைப் பார்த்து கற்றுக்கொள்ளும்
வாய்ப்பு என்ன என்பதை
கொத்தும் போது கொத்திக் கொண்டு
போக வேண்டும் நல்லதை

அடி என்னடி உலகம் இதில் எத்தனைக் கலகம்
பந்தம் என்பது சிலந்தி வலை
பாசம் என்பது பெருங்கவலை
சொந்தம் என்பது சந்தையடி
இதில் சுற்றம் என்பது மந்தையடி...

திரைப்படம் - **அவள் ஒரு தொடர்கதை**
பாடலாசிரியர் - கவிஞர் **கண்ணதாசன்**

85. **ஆட்டுவித்தால் ஆரொருவர் ஆடாதாரே**
அடக்குவித்தால் ஆரொருவர் அடங்காதாரே
ஓட்டுவித்தால் ஆரொருவர் ஓடாதாரே
உருகுவித்தால் ஆரொருவர் உருகாதாரே
பாட்டுவித்தால் ஆரொருவர் பாடாதாரே
பணிவித்தால் ஆரொருவர் பணியாதாரே
காட்டுவித்தால் ஆரொருவர் காணாதாரே
காண்பார்யார் கண்ணுதலாய் காட்டாக்காலே

- திருநாவுக்கரசு சுவாமிகள்

பொருள்

இறைவன் நம்மை ஆட்டிப் படைக்கின்றான் நாம் செய்யும் ஒவ்வொரு செயலிலும் அவனுடைய விருப்பத்தின்படி தான் தாக்கம் இருக்கும் என்பதே உண்மை. அவனின்றி ஒரு அணுவும் அசையாது.

இந்த பாடலை இரசித்தக் கண்ணதாசன் இந்தப் பாடல் வரியை அப்படியே பயன்படுத்தி எழுதினார்.

திரைப்படப் பாடல்

ஆட்டுவித்தால் யாரொருவர் ஆடாதாரே கண்ணா
ஆசை என்னும் தொட்டிலிலே ஆடாதாரே கண்ணா
ஆட்டுவித்தால் யாரொருவர் ஆடாதாரே கண்ணா
ஆசை என்னும் தொட்டிலிலே ஆடாதாரே கண்ணா
நீ நடத்தும் நாடகத்தில் நானும் உண்டு
நீ நடத்தும் நாடகத்தில் நானும் உண்டு
என் நிழலில் கூட அனுபவத்தில் சோகம் உண்டு
பகைவர்களை நானும் வெல்வேன் அறிவினாலே
ஆனால் நண்பரிடம் தோற்று விட்டேன் பாசத்தாலே

திரைப்படம் - **அவன் தான் மனிதன்**
பாடலாசிரியர் - கவிஞர் **கண்ணதாசன்**

86. ஒண்ணுதற் கோஒ உடைந்ததே ஞாட்பினுள்
நண்ணாரும் உட்குமென் பீடு.

- குறள் - 1088

பொருள்

போர்க்களத்திலே எதிரிகளால் வீழ்த்த முடியாத என் வீரத்தின் பெருமை, ஒளிவீசும் இவள் நெற்றிக்கு வீழ்ந்ததே.

திரைப்படப் பாடல்

வீசிப்போன புயலில் என் வேர்கள் சாயவில்லை
ஒரு பட்டாம்பூச்சி மோத அது பட்டென்று சாய்ந்ததடி
எந்தன் காதல் சொல்ல என் இதயம் கையில் வைத்தேன்
நீ தாண்டிப்போன போது அது தரையில் விழுந்ததடி
மண்ணிலே செம்மண்ணிலே என் இதயம் துள்ளுதடி
ஒவ்வொரு துடிப்பிலும் உன் பெயர் சொல்லுதடி
கனவுப் பூவே வருக உன் கையால் இதயம் தொடுக
எந்தன் இதயம் கொண்டு நீ உந்தன் இதயம் தருக...

மெல்லினமே மெல்லினமே
நெஞ்சில் மெல்லிய காதல் பூக்கும்
என் காதல் ஒன்றே மிக உயர்ந்ததடி
அதை வானம் அண்ணாந்து பார்க்கும்...

திரைப்படம் - **ஷாஜகான்**
பாடலாசிரியர் - கவிஞர் **வைரமுத்து**

**87. அசையியற்கு உண்டாண்டோர் ஏர்யான் நோக்கப்
பசையினள் பைய நகும்.**

- குறள் - 1098

பொருள்

நான் அவளைப் பார்த்தேன். அவளது அசைவிலே ஒரு அழகு இருந்தது. என்னைப் பார்த்து மெல்ல நகைத்தாள்.

திரைப்படப் பாடல்

அவள் மெல்லச் சிரித்தாள் ஒன்று சொல்ல நினைத்தாள்
அந்தப் பொல்லாத கண்ணனின் ராதை - ராதை
அவள் மெல்லச் சிரித்தாள் ஒன்று சொல்ல நினைத்தாள்
அந்தப் பொல்லாத கண்ணனின் ராதை - ராதை
நெஞ்சில் நாணம் கொண்டாள் கண்ணை மூடிக்கொண்டாள்
அந்தப் புல்லாங்குழல் மொழிக் கோதை
நெஞ்சில் நாணம் கொண்டாள் கண்ணை மூடிக்கொண்டாள்
அந்தப் புல்லாங்குழல் மொழிக் கோதை

அவள் மெல்லச் சிரித்தாள் ஒன்று சொல்ல நினைத்தாள்
அந்தப் பொல்லாத கண்ணனின் ராதை - ராதை

திரைப்படம் - **பச்சை விளக்கு**
பாடலாசிரியர் - கவிஞர் **கண்ணதாசன்**

88 இன்பம் கடல்மற்றுக் காமம் அஃதடுங்கால்
துன்பம் அதனிற் பெரிது.

- குறள் - 1166

பொருள்

காமத்தினால் ஏற்படும் இன்பமானது அனுபவிக்கும் போது கடலை விடப் பெரியதாக இருக்கும். அதே சமயம் பிரிவுத் துன்பத்தால் வருந்தும் போது அனுபவித்த கடலளவை விட பெரியதாக இருக்கும்.

திரைப்படப் பாடல்

கையளவு உள்ளம் வைத்து
கடல் போல் ஆசை வைத்து } (2)
விளையாட சொன்னானடி என்னை
விளையாடசொன்னானடி அவனே
விளையாடி விட்டானடி

எட்டடுக்கு மாளிகையில்
ஏற்றி வைத்த என் தலைவன்
விட்டு விட்டு சென்றானடி
இன்று வேறு பட்டு நின்றானடி

திரைப்படம் - **பாதகாணிக்கை**
பாடலாசிரியர் - கவிஞர் **கண்ணதாசன்**

89 **உள்ளம்போன்று உள்வழிச் செல்கிற்பின் வெள்ளநீர்**
நீந்தல மன்னோஎன் கண்.

- குறள் - 1170

பொருள்

என் உள்ளத்தைப் போலவே என் உடலும் அவர் இருக்கும் இடத்திற்கு இப்போதே செல்ல முடியுமானால், என் கண்கள் இப்படி கண்ணீர் வெள்ளத்தில் நீந்தாது.

திரைப்படப் பாடல்

வான்பறவை தன் சிறகை எனக்குத் தந்தால்
பூங்காற்றே உன் உதவியும் எனக்கு இருந்தால்
வானத்திலே பறந்து சென்றே போனவளை அழைத்து வந்தே
காதலை வாழவைப்பேன்
அழுத முகம் சிரித்திருக்க ஆசைக்கு உயிர் கொடுப்பேன்

உள்ளம் என்றொரு கோவிலிலே
தெய்வம் வேண்டும் அன்பே வா 2
கண்கள் என்றொரு சோலையிலே
தென்றல் வேண்டும் அன்பே வா 2

திரைப்படம் - **அன்பே வா**
பாடலாசிரியர் - **கவிஞர் வாலி**

90) அவாஇல்லார்க்கு இல்லாகும் துன்பம் அஃதுண்டேல்
தவாஅது மேன்மேல் வரும்.

- குறள் - 368

பொருள்

ஆசை அற்றவர்க்கு துன்பம் இல்லை. ஐம்புலன்களினால் ஏற்படக்கூடிய ஆசை இருக்குமானால் துன்பம் என்பது தொடர்ந்து வந்து கொண்டே இருக்கும்.

திரைப்படப் பாடல்

அன்பில் வாழும் இதயம் தன்னை
தெய்வம் கண்டால் வணங்கும்
எங்கே சொல்லு வணங்கும்
அன்பில் வாழும் இதயம் தன்னை
தெய்வம் கண்டால் வணங்கும்

ஆசை இல்லா மனிதர் தம்மை
துன்பம் எங்கே நெருங்கும்
பொன்னில் இன்பம் புகழில் இன்பம்
என்றே நெஞ்சம் மயங்கும்
பூவைப் போலே சிரிக்கும் உன்னைக்
கண்டால் உண்மை விளங்கும்

சிரித்து வாழ வேண்டும்
பிறர் சிரிக்க வாழ்ந்திடாதே
உழைத்து வாழ வேண்டும்
பிறர் உழைப்பில் வாழ்ந்திடாதே

திரைப்படம் - **உலகம் சுற்றும் வாலிபன்**
பாடலாசிரியர் - **புலமைபித்தன்**

**91) காலினில் ஊறும் கரும்பினில் கட்டியும்
பாலினுள் நெய்யும் பழத்துள் இரதமும்
பூவினுள் நாற்றமும் போல் உளன் எம் இறைக்
காவலன் எங்கும் கலந்து நின்றானே.**

- திருமந்திரம் - 2639

பொருள்

காற்றினில் ஒலி அலைகளிலும், கரும்பினில் பாகு வெல்லமாகவும், பாலுக்குள் மறைந்திருக்கும் நெய்யைப் போலவும், பழத்துள் இருக்கும் பழரசத்தைப் போலவும் பூவுக்குள் இருக்கும் வாசம் போலவும், என் இறைவன் நமச்சிவாயம் எங்கும் கலந்து நிற்கின்றான் என்பதை உணர்ந்து கொள்ளுங்கள்.

திரைப்படப் பாடல் - 1

கடவுள் இருக்கின்றான் அது உன்
கண்ணுக்குத் தெரிகின்றதா?
காற்றில் தவழுகிறாய் அது உன்
கண்ணுக்குத் தெரிகின்றதா?
கண்ணுக்குத் தெரிகின்றதா?

இருளில் விழிக்கின்றாய் எதிரே
இருப்பது புரிகின்றதா?
இசையை இரசிக்கின்றாய் இசையின்
உருவம் வருகின்றத்தா?
உள்ளத்தில் இருக்கும் உண்மையின் வடிவம்
வெளியே தெரிகின்றதா?
வெளியே தெரிகின்றதா?

கடவுள் இருக்கின்றான் அது உன்
கண்ணுக்கு தெரிகின்றதா?

திரைப் படம் - **ஆனந்த ஜோதி**
பாடலாசிரியர் - கவிஞர் **கண்ணதாசன்**

திரைப்படப் பாடல் - 2

பூஜ்ஜியத்துக்குள்ளே ஒரு ராஜ்ஜியத்தை
ஆண்டு கொண்டு புரியாமலே இருப்பான் ஒருவன்
அவனைப் புரிந்து கொண்டால்
அவன் தான் இறைவன்

தென்னை இளநீருக்குள்ளே
தேங்கியுள்ள ஓட்டுக்குள்ளே
தேங்காயைப்போல் இருப்பான் ஒருவன்
அவனை தெரிந்து கொண்டால்
அவன் தான் இறைவன்...

கோழிக்குள் முட்டை வைத்து
முட்டைக்குள் கோழி வைத்து
வாழைக்கும் கன்று வைத்தான் ஒருவன்
அந்த ஏழையின் பேர் உலகில் இறைவன்

பூஜ்ஜியத்துக்குள்ளே ஒரு ராஜ்ஜியத்தை
ஆண்டு கொண்டு புரியாமலே இருப்பான் ஒருவன்
அவனைப் புரிந்து கொண்டால்
அவன் தான் இறைவன்

திரைப்படம் - **வளர்பிறை**
பாடலாசிரியர் - கவிஞர் **கண்ணதாசன்**

இதே கருத்தினை சற்று மாற்றி எழுதி இருந்தார் கவிஞர் வைரமுத்து. அதையும் இரசிப்போம்...

திரைப்படப் பாடல் - 3

பூவுக்குள் ஒளிந்திருக்கும் கனிக்கூட்டம் அதிசயம்
வண்ணத்துப் பூச்சி உடம்பில் ஓவியங்கள் அதிசயம்
துளைசெல்லும் காற்று மெல்லிசையாதல் அதிசயம்
குருநாதர் இல்லாத குயில் பாட்டு அதிசயம்
அதிசயமே அசந்துபோகும் நீ எந்தன் அதிசயம்

கல்தோன்றி மண்தோன்றிக் கடல்தோன்றும்
முன்னாலே உண்டான காதல் அதிசயம் ...
பதினாறு வயதான பருவத்தில் எல்லோர்க்கும்
படர்கின்ற காதல் அதிசயம்...

பூவுக்குள் ஒளிந்திருக்கும் கனிக்கூட்டம் அதிசயம்
வண்ணத்துப் பூச்சி உடம்பில் ஓவியங்கள் அதிசயம்

திரைப்படம் - **ஜீன்ஸ்**
பாடலாசிரியர் - கவிஞர் **வைரமுத்து**

92 திறனறிந்து சொல்லுக சொல்லை அறனும்
பொருளும் அதனினூஉங்கு இல்.

- குறள் - 644

பொருள்

கேட்பவரது மனப்பான்மையை அறிந்து எந்த சொல்லையும் சொல்ல வேண்டும். அப்படி சொல்வதை விட அறனும் பொருளும் வேறெதுவும் இல்லை.

இன்பத்துள் இன்பம் விழையாதான் துன்பத்துள்
துன்பம் உறுதல் இலன்.

- குறள் - 629

பொருள்

இன்பம் வரும் காலத்தில் அதனை எளிமையாக எடுத்துக் கொள்பவன், துன்பம் வரும் காலத்திலும் துன்பப்பட மாட்டான்.

திரைப்படப் பாடல்

ஒன்றே சொல்வார் ஒன்றே செய்வார்
உள்ளத்தில் உள்ளது அமைதி
இன்பத்தில் துன்பம் துன்பத்தில் இன்பம்
இறைவன் வகுத்த நியதி (2)
சொல்லுக்கு செய்கை பொன்னாகும்
வரும் துன்பத்தில் இன்பம் பட்டாகும் (2)
இந்த இரண்டுகட்டளை அறிந்த மனதில்
எல்லா நன்மையும் உண்டாகும் எல்லா நன்மையும் உண்டாகும் (2)
ஆறு மனமே ஆறு அந்த ஆண்டவன் கட்டளை ஆறு

திரைப்படம் - **ஆண்டவன் கட்டளை**
பாடலாசிரியர் - கவிஞர் **கண்ணதாசன்**

93 உள்ளத்தால் பொய்யாது ஒழுகின் உலகத்தார்
உள்ளத்துள் எல்லாம் உளன்.

- குறள் - 294

பொருள்

உள்ளத்தால் பொய்யாது நடப்பான் ஆயின் அவன் உலகில் உள்ளவர் உள்ளத்துள் நிறைந்து இருப்பான். சிறந்த உயர்வையும் பெறுவான்.

பெருக்கத்து வேண்டும் பணிதல் சிறிய
சுருக்கத்து வேண்டும் உயர்வு.

- குறள் - 963

பொருள்

ஒருவன் தன் நிலையிலிருந்து உயரும் பொழுது அவனிடம் பணிவு இருப்பது அவசியம். அதேசமயம், தன் நிலையிலிருந்து தாழ்ந்து போனால், நிலை தவறி நடக்கக்கூடாது. சிறந்த குணங்களைக் கைவிடல் ஆகாது.

திரைப்படப் பாடல்

உண்மையைச் சொல்லி நன்மையைச் செய்தால்
உலகம் உன்னிடம் மயங்கும்
நிலை உயரும் போது பணிவு கொண்டால்
உயிர்கள் உன்னை வணங்கும்
உண்மையைச் சொல்லி நன்மையைச் செய்தால்
உலகம் உன்னிடம் மயங்கும்
நிலை உயரும் போது பணிவு கொண்டால்
உயிர்கள் உன்னை வணங்கும்
உண்மை என்பது அன்பாகும்
பெரும் பணிவு என்பது பண்பாகும்

உண்மை என்பது அன்பாகும்
பெரும் பணிவு என்பது பண்பாகும்
இந்த நான்கு கட்டளை அறிந்த மனதில்
எல்லா நன்மையும் உண்டாகும்
எல்லா நன்மையும் உண்டாகும்

ஆறு மனமே ஆறு அந்த ஆண்டவன் கட்டளை ஆறு
ஆறு மனமே ஆறு அந்த ஆண்டவன் கட்டளை ஆறு

திரைப்படம் - **ஆண்டவன் கட்டளை**
பாடலாசிரியர் - கவிஞர் **கண்ணதாசன்**

94. அழுக்காறு அவாவெகுளி இன்னாச்சொல் நான்கும்
இழுக்கா இயன்றது அறம்.

- குறள் - 35

பொருள்

பொறாமை, ஆசை, சினம், கடுஞ்சொல் என்னும் இந்த நான்கையும் எவன் ஒருவன் ஒழிக்கின்றானோ அவனே அறம் செய்தவன் ஆவான்.

அன்புடைமை ஆன்ற குடிப்பிறத்தல் இவ்விரண்டும்
பண்புடைமை என்னும் வழக்கு.

- குறள் - 992

பொருள்

அன்பு, சிறந்த குடி பிறவியில் பிறந்தவர்களின் நற்குணங்கள் இவைகளை பெற்றவனே சிறந்த பண்புடையவன் ஆவான்.

திரைப்படப் பாடல்

ஆசை கோபம் களவு கொள்பவன்
பேசத்தெரிந்த மிருகம்
அன்பு நன்றி கருணை கொண்டவன்
மனித வடிவில் தெய்வம்

இதில் மிருகம் என்பது கள்ள மனம்
உயர் தெய்வம் என்பதுபிள்ளை மனம்

இந்த ஆறு கட்டளை அறிந்த மனது
ஆண்டவன் வாழும் வெள்ளை மனம்
ஆண்டவன் வாழும் வெள்ளை மனம்

ஆறு மனமே ஆறு அந்த ஆண்டவன் கட்டளை ஆறு
ஆறு மனமே ஆறு அந்த ஆண்டவன் கட்டளை ஆறு

திரைப்படம் - **ஆண்டவன் கட்டளை**
பாடலாசிரியர் - கவிஞர் **கண்ணதாசன்**

95. புல்நுனிமேல் நீர்போல் நிலையாமை என்றெண்ணி
இன்னினியே செய்க அறவினை - இன்னினியே
நின்றான் இருந்தான் கிடந்தான்தன் கேள் அளறச்
சென்றான் எனப்படுத லால்.

- நாலடியார் - 29

பொருள்

பனிக்காலங்களில் புல் நுனி மேல் முத்து முத்தாக பனிநீர் தங்கியிருக்கும். அப்பனி நீர் வெயில் வர வர ஆவியாகி மறைந்து போகும். அதுபோல இவ்வுடம்பும் ஒருநாள் மறைந்து விடும். எனவே இவ்வுடம்பு இருக்கும் போதே நல்லறம் செய்க. இல்லையெனில், ஏதோ பிறந்தான், வளர்ந்தான் இருந்தான் பின் நோய்வாய்ப்பட்டு இறந்தான் என்ற நிலை ஏற்படும். சுற்றத்தார் சுற்றி அழ இறப்பதைப் பார்த்து ஒன்றும் சாதிக்கவில்லை என்று யாரும் சொல்லாமல் பார்ப்பதே பிறந்த பயனை அடைதல் ஆகும்.

திரைப்படப் பாடல்

பிறந்தார் இருந்தார் நடந்தார் கிடந்தார்
முடிந்தார் யார் யாரோ?
முடிந்தார் யார் யாரோ ?
நான் யார் நான் யார் நீ யார்?
நாலும் தெரிந்தவர் யார் யார்?
தாயார் மகன் யார் தெரியார்?
தந்தை என்பார் அவர் யார் யார்?

திரைப்படம் - **குடியிருந்த கோவில்**
பாடலாசிரியர் - புலவர் **புலமைப்பித்தன்**

96 நோக்கினாள் நோக்கெதிர் நோக்குதல் தாக்கணங்கு
தானைக்கொண் டன்னது உடைத்து.

- குறள் - 1082

பொருள்

அவள் என்னை பார்த்தாள். நான் அவளைப் பார்த்தேன். அப்பொழுது அவள் பார்வை தேவமகள் சேனையுடன் வருவது போலிருந்தது.

திரைப்படப் பாடல் - 1

கொஞ்சநாள் பொறு தலைவா
ஒரு வஞ்சிக்கொடி இங்கே வருவா
கண்ணிரண்டில் போர் தொடுப்பா
அந்த வெண்ணிலவை தோற்கடிப்பா
கொஞ்சநாள் பொறு தலைவா
ஒரு வஞ்சிக்கொடி இங்கே வருவா
கண்ணிரண்டில் போர் தொடுப்பா
அந்த வெண்ணிலவை தோற்கடிப்பா

திரைப்படம் - **ஆசை**
பாடலாசிரியர் - கவிஞர் **வாலி**

திரைப்படப் பாடல் - 2

நிலவுக்கு என்மேல் என்னடி கோபம்
நெருப்பாய் எரிகிறது
இந்த மலருக்கு என்மேல் என்னடி கோபம்
முள்ளாய் மாறியது
நிலவுக்கு என்மேல் என்னடி கோபம்
நெருப்பாய் எரிகிறது
இந்த மலருக்கு என்மேல் என்னடி கோபம்
முள்ளாய் மாறியது

கனிமொழிக்கு என்மேல் என்னடி கோபம்
கனலாய் காய்கிறது
உந்தன் கண்களுக்கு என்மேல் என்னடி கோபம்
கணையாய் பாய்கிறது
நிலவுக்கு என்மேல் என்னடி கோபம்
நெருப்பாய் எரிகிறது
இந்த மலருக்கு என்மேல் என்னடி கோபம்
முள்ளாய் மாறியது

திரைப்படம் - **போலீஸ்காரன் மகள்**
பாடலாசிரியர் - **கவிஞர் கண்ணதாசன்**

97. **அறம் செய்ய விரும்பு**
ஆத்திசூடி ஔவையார்

அன்பும் சிவமும் இரண்டென்பர் அறிவில்லார்
அன்பே சிவமாவது ஆரும் அறிகிலார்
அன்பே சிவமாவது ஆரும் அறிந்தபின்
அன்பே சிவமாய் அமர்ந்திருந் தாரே.

- திருமந்திரம் - 270

இன்னாசெய் தாரை ஒறுத்தல் அவர்நாண
நன்னயஞ் செய்து விடல்

- குறள் - 314

பொய்யாமை அன்ன புகழில்லை எய்யாமை
எல்லா அறமும் தரும்.

- குறள் - 296

அறன்ஈனும் இன்பமும் ஈனும் திறன் அறிந்து
தீதின்றி வந்த பொருள்.

- குறள் - 754

திரைப்படப் பாடல்

இவை அனைத்து பாடல்களின் கருத்துகளையும் ஒரே பாடலில் கொடுத்தால் எப்படி இருக்கும். கவிஞரின் கைவண்ணத்தில்...

அறம் செய்ய விரும்பு
என்றாள் அவ்வை தருமம் செய்யுங்கள்
அன்பே தெய்வம் என்றார் பெரியோர்
அன்புடன் வாழுங்கள்
அறம் செய்ய விரும்பு
என்றாள் ஔவை தருமம் செய்யுங்கள்

அன்பே தெய்வம் என்றார் பெரியோர்
அன்புடன் வாழுங்கள்
யாரும் தீமை செய்தாலும்
நீங்கள் நன்மை செய்யுங்கள்
யாரும் பொய்யைச் சொன்னாலும்
நீங்கள் மெய்யை சொல்லுங்கள்
நேர்மையாய் வாழ்வதில் தோல்வியே இல்லையே...

தங்கங்களே நாளை தலைவர்களே
நம் தாயும் மொழியும் கண்கள்
சிங்கங்களே வாழும் தெய்வங்களே
நம் தேசம் காப்பவர் நீங்கள்
நம் தாத்தா காந்தியும் மாமா நேருவும்
தேடிய செல்வங்கள்
பள்ளிச் சாலைத் தந்தவன்
ஏழைத் தலைவனை தினமும் எண்ணுங்கள்.

திரைப்படம் - **என்னை போல் ஒருவன்**
பாடலாசிரியர் - கவிஞர் **கண்ணதாசன்**

98. **நன்னாரிற் பூட்டிய சூத்திரப் பாவைநன் னார்தப்பினால்**
தன்னாலுமாடிச் சலித்திடுமோவந்தத் தன்மையைப் போல்
உன்னாலி யானுந்திரிவதல் லான் மற்றுனைப் பிரிந்தால்
என்னாலிங் காவதுண் டோவிறை வாகச்சி யேகம்பனே

- பட்டினத்தார்

பொருள்

நூலினால் கட்டுண்டு ஆடும் பொம்மையைப் போல நாம் அனைவரும் இறைவனால் கட்டுண்டு வாழ்கின்றோம். நூல் அறுந்தால் எப்படி பொம்மை அசையாதோ அதேபோல் இறைவன் தொடர்பு இல்லையெனில் நாம் யாரும் இயங்க முடியாது. அவனின்றி ஒரு அணுவும் அசையாது என்பதே பொருள்.

திரைப்படப் பாடல் - 1

நான் அசைந்தால் அசையும் அகிலமெல்லாமே...
நான் அசைந்தால் அசையும் அகிலமெல்லாமே...
அறிவாய் மனிதா உன் ஆணவம் பெரிதா
ஆலவாயனொடு பாட வந்தவனின்
பாடும்வாயை இனி மூடவந்ததொரு
பாட்டும் நானே பாவமும் நானே
பாடும் உன்னை நான் பாடவைத்தேனே

திரைப்படம் - **திருவிளையாடல்**
பாடலாசிரியர் - கவியரசு **கண்ணதாசன்**

திரைப்பட பாடல் - 2

என்ன செய்ய நானும் தோல் பாவைதான்
உந்தன் கைகள் ஆட்டி வைக்கும் நூல் பாவைதான்

முகுந்தா முகுந்தா கிருஷ்ணா முகுந்தா முகுந்தா
வரம்தா வரம்தா பிருந்தாவனம்தா வனம்தா

முகுந்தா முகுந்தா கிருஷ்ணா முகுந்தா முகுந்தா
வரம்தா வரம்தா பிருந்தாவனம்தா வனம்தா
வெண்ணை உண்ட வாயால் மண்ணை உண்டவா
பெண்ணை உண்ட காதல் நோய்க்கு மருந்தாகவா

திரைப்படம் - **தசாவதாரம்**
பாடலாசிரியர் - கவிஞர் **வாலி**

திரைப்பட பாடல் - 3

ஆடாத மேடை இல்லை போடாத வேஷம் இல்லை
சிந்தாத கண்ணீர் இல்லை சிரிப்புக்கும் பஞ்சம் இல்லை
கால் கொண்டு ஆடும் பிள்ளை
நூல் கொண்டு ஆடும் பொம்மை
கால் கொண்டு ஆடும் பிள்ளை
நூல் கொண்டு ஆடும் பொம்மை
நீ என்ன அந்த நூலா நீ சொல்லு நந்தலாலா

உனக்கென்ன மேலே நின்றாய் ஓ நந்தலாலா
உனதானை பாடுகின்றேன் நான் ரொம்ப நாளா...

திரைப்படம் - **சிம்லா ஸ்பெஷல்**
பாடலாசிரியர் - கவிஞர் **வாலி**

99. துயிலிலை யாதலிற் கனவு தோன்றல
அயில்விழி யொருகன வமைந்து நோக்கினேன்
பயில்வன பழுதில பழுதி நாடென
வெயிலினு மெய்யென வுரைத்தல் மேயினாள்.

- கம்பன்

பொருள்

அசோகவனத்தில் திரிசடை என்பவள் தான் கண்ட கனவினை சீதையிடம் சொல்வது போல் காட்சி.

வேல் போன்ற கண்களை உடையவளே,
தூக்கம் இல்லாத காரணத்தினால் உனக்கு (சீதை)
கனவு தோன்றவில்லை.
நான் (திரிசடை) ஒரு கனவு கண்டேன்
குற்றமுள்ள இந்நாட்டில், கனவுகள் பொய்ப்பதில்லை.
அந்தக் கனவில் அரக்கர்களுக்கு தீமை விளைவதாகவும்
உனக்கு நன்மை உண்டாவதாகவும் அமைந்தது
என்று சூரியனைக் காட்டிலும் தவறாதவளாகிய
திரிசடை சொல்லத் தொடங்கினாள்.

இப்பாடலின் முதல் வரி
'துயிலை யாதலிற் கனவு தோன்றல'
கம்பனின் இந்த வரியை கவிஞர் வைரமுத்து தன்
காதல் பாடலில் கையாண்டதைப் பார்ப்போம்

திரைப்படப் பாடல்

ஆண்   நான் தூங்கும் வேளை
கனவுகள் தொல்லை

பெண்   நான் தூங்கவில்லை
கனவுகள் இல்லை

ஆண்   மெய்யா பொய்யா

பெண் மெய்தான் ஐயா
நான் தூங்கவில்லை
கனவுகள் இல்லை

காதல் மயக்கம் அழகிய கண்கள் துடிக்கும்
இது ஒரு காதல் மயக்கம் அழகிய கண்கள் துடிக்கும்
ஆலிங்கனங்கள் பரவசம் இங்கு அனுமதி இலவசம்
தன்னை மறந்த அனுபவம் இரண்டு கண்களின் அபிநயம்

தேகம் கொஞ்சம் சிலிர்க்கின்றதே
மேகம் போல மிதக்கின்றதே
மெழுகாய் உருகும் அழகே
ஒரு காதல் மயக்கம் அழகிய கண்கள் துடிக்கும்

திரைப்படம் - **புதுமைப்பெண்**
பாடலாசிரியர் - கவிஞர் **வைரமுத்து**

100) **தாதிதூ தோதீது தத்தைதூ தோதாது**
தூதிதூ தொத்தித்த தூததேதாதொத்த
துத்திதத் தாதே, துதித்துத்தே தொத்தீது
தித்தித்த தோதித் திதி.

- காளமேகப் புலவர்

தகர வரிசைகளை வைத்துப் பாடிய பாடல்
வேறு எந்த மெய்யெழுத்தும் பயன்படுத்தப்படவில்லை.
தமிழின் பெருமை, அருமை, தமிழ்ப்புலமை
இல்லையெனில் இப்படி நிச்சயம் எழுத முடியாது.

தாதி - அடியவர் செவிலித்தாய், தோழி
தத்தை - கிளி
துத்தி என்றால் தேமல், பசலை
ஓதாது - பேசாது
துதி - தோழி - தூதனின் பெண்பால்
தாது - பெண்
தத்தாதே - படராமல் இருப்பது
தே - கடவுள்
திதி - காத்தல்
பிரித்துப் படித்தால்
தாதி தூதோ தீது தத்தை தூது ஓதாது
தூதி தூது ஒத்தித்த தூததே தாது
ஒத்த துத்தி தத்தாதே துதித்துத் தேத்து
ஒத்த தீது தித்தித்தது ஓதித் திதி

விளக்கம்

செவிலித் தாயும் கிளியும் என் தூதுக்கு ஏற்றதாய் இல்லாமையால், தோழியே நீ தலைவனிடம் சென்று அவர் மனம் இறங்கும் படி செய்ய வேண்டும்.

மற்றொரு விளக்கம்

தோழியின் தூதும் நாளைக் கடத்திக்கொண்டே போகும். (தூதி தூது ஒத்தித்த தூததே) தெய்வ வழிபாடும் பயன்தராது. (தே துதித்த தொத்த தீது) தேமல், பசலை என் மேல் படராமல் இருக்கத் தலைவன் என்னைக் காக்க, இனிய அவன் பெயரையே ஓதுவேன் (தித்தித்தது ஓதித்துதி).

திரைப்பட பாடல்

(கவியரசரின் எளிமையான விளக்கம்)

அடிமை தூது பயன்படாது கிளிகள் பேசாது
அன்பு தோழி தூது சென்றால் விரைவில் செல்லாது
தெய்வத்தையே தொழுது நின்றால் பயன் இருக்காது
இளம் தேமல் கொண்ட கன்னி வாழ இனியது கூறு

பெண் கவியை வெல்ல வந்த பெருமகனே வருக
உங்கள் பெட்டகத்தைத் திறந்து வைத்துப்
பொருளை அள்ளி தருக

திரைப்படம் - **வானம்பாடி**
பாடலாசிரியர் - கவிஞர் **கண்ணதாசன்**

101. யாயும் ஞாயும் யாராகியரோ?
எந்தையும் நுந்தையும் எம்முறைக் கேளிர்?
யானும் நீயும் எவ்வழி அறிதும்?
செம்புலப் பெயல்நீர் போல்
அன்புடை நெஞ்சம்தான் கலந்தனவே.

- குறுந்தொகை

பொருள்

என் தாயும் உன் தாயும் யார் யாரோ என் தந்தையும் உன் தந்தையும் எந்த வகையிலும் உறவினர் இல்லை. நானும் நீயும் ஒருவரை ஒருவர் அறிந்தவரில்லை ஆனால் இப்போது செம் மண்ணில் மழைத்துளிக் கலந்தது போல, நம் நெஞ்சம் அன்பில் கலந்துவிட்டன.

திரைப்படப் பாடல்

நேற்று வரை நீ யாரோ நான் யாரோ?
இன்று முதல் நீ வேறோ நான் வேறோ?
நேற்று வரை நீ யாரோ நான் யாரோ?
இன்று முதல் நீ வேறோ நான் வேறோ?
காணும் வரை நீ எங்கே நான் எங்கே
கண்டவுடன் நீ எங்கே நான் அங்கே

நேற்று வரை நீ யாரோ நான் யாரோ?
இன்று முதல் நீ வேறோ நான் வேறோ?

திரைப்படம் - **வாழ்க்கை படகு**
பாடலாசிரியர் - கவிஞர் **கண்ணதாசன்**

**102 நிலையில் திரியாது அடங்கியான் தோற்றம்
மலையினும் மாணப் பெரிது.**

- குறள் - 124

பொருள்

தன் நிலையிலிருந்து மாறுபடாமல் அடங்கி ஒழுகுவோனுடைய உயர்வு, மலையின் உயர்வை விடப் பெரியதாகும்.

திரைப்படப் பாடல்

எந்த நாடு என்ற கேள்வியில்லை
என்ன ஜாதி என்ற பேதமில்லை
எந்த நாடு என்ற கேள்வியில்லை
என்ன ஜாதி என்ற பேதமில்லை
(யாதும் ஊரே யாவரும் கேளிர் என்ற பாடலில் அற்புதமான விளக்கம்)
மனிதர்கள் அன்பின் வழி தேடி
இங்கு இயற்கையை வணங்குகிறார்
மலை உயர்ந்தது போல் மனம் உயர்ந்ததென்று
இவர் வாழ்வில் விளக்குகிறார்
இவர் வாழ்வில் விளக்குகிறார்
புதிய வானம் புதிய பூமி
எங்கும் பனிமழை பொழிகிறது
நான் வருகையிலே என்னை வரவேற்க
வண்ண பூமழை பொழிகிறது...

திரைப்படம் - **அன்பே வா**
பாடலாசிரியர் - **கவிஞர் வாலி**

103 அன்போடு இயைந்த வழக்கென்ப ஆருயிர்க்கு
என்போடு இயைந்த தொடர்பு.

- குறள் - 73

பொருள்

அருமையான உயிருக்கும் உடம்போடு பொருந்திய தொடர்பானது, அன்போடு பொருந்தி வாழும் வாழ்க்கைக்காகவே என்பர் சான்றோர்.

திரைப்படப் பாடல்

கிளி போலப் பேசு இளங்குயில் போலப் பாடு
மலர் போலச் சிரித்து நீ குறள் போல வாழு
மனதோடு கோபம் நீ வளர்த்தாலும் பாவம்
மெய்யான அன்பே தெய்வீகமாகும்
மெய்யான அன்பே தெய்வீகமாகும்

நல்ல பேரை வாங்க வேண்டும் பிள்ளைகளே

விழி போல எண்ணி நம் மொழி காக்க வேண்டும் 2)
தவறான பேர்க்கு நேர்வழி காட்ட வேண்டும் 2)
ஜன நாயகத்தில் நாம் எல்லோரும் மன்னர் 2)
தென்னாட்டு காந்தி அந்நாளில் சொன்னார் 2)

நல்ல பேரை வாங்க வேண்டும் பிள்ளைகளே
நம் நாடு என்னும் தோட்டத்திலே
நாளை மலரும் முல்லைகளே
நல்ல பேரை வாங்க வேண்டும் பிள்ளைகளே

திரைப்படம் - **நம் நாடு**
பாடலாசிரியர் - **கவிஞர் வாலி**

104 சங்கரற்குமாறுதலை சண்முகற்குமாறுதலை
ஐங்கரற்குமாறுதலை யானதே சங்கைப்
பிடித்தோர்க்குமாறுதலை பித்தா நின் பாதம்
படித்தோர்க்கு மாறுதலை பார்.

- காளமேகப் புலவர்

பிரித்துப் படித்தால் பொருள் விளங்கும்.

சங்கரற்கும் ஆறு தலை. சிவபெருமானுக்கு ஓர் ஆறு (கங்கை) தலையில் உள்ளது. சண்முகற்கும் ஆறு தலை ஆறுமுகப் பெருமானுக்கும் ஆறு தலைகள்.

ஐங்கரற்கு மாறு தலை. துதிக்கையைச் சேர்த்து ஐந்து கைகளை உடைய விநாயகருக்கு மனிதத் தலையில் இருந்து மாறுபட்ட (யானைத்) தலை.

சங்கைப் பிடித்தோர்க்கும் ஆறு தலை. சங்கைக் கையில் ஏந்திய திருமாலுக்கு ஆற்று வெள்ளம் (பிரளயம்) உறைவிடமாகும் (ஆறு நதி, தலை இடம்). திருமால் பிரளய வெள்ளத்தில் ஆலிலை மேல் பள்ளி கொள்பவர்.

பித்தா நின் பாதம் படித்தோர்க்கும் ஆறுதலை பித்தனாகிய பரமசிவனே, உமது பாதங்களைப் பணிந்தவர்களுக்கு கவலைகள் தனித்து ஆறுதல் ஏற்படுகிறது.

எனக்கு மிகவும் பிடித்தப் பாடலில் இந்தப் பாடலின் தாக்கம் உள்ளது. இந்தப் பாடல் உங்களுக்காக.

திரைப்படப் பாடல்

அவனிடம் சொன்னேன் என் அஞ்சுதலை
அந்த அண்ணலே தந்து வைத்தான் ஆறுதலை
இவ்விடம் இவர் தந்த இன்ப நிலை கண்டு
என்னிடம் நான் கண்டேன் மாறுதலை

சரவணப் பொய்கையில் நீராடி துணைத் தந்தருள்
என்பேன் முருகனிடம்
இரு கரம் நீட்டி வரம் கேட்டேன் அந்த
மன்னவன் இன்னருள் மலர் தந்தான்

நல்லவர் என்றும் நல்லவரே
உள்ளம் உள்ளவர் யாவரும் உள்ளவரே
நல்ல இடம் நான் தேடி வந்தேன்
அந்த நாயகன் என்னுடன் கூட வந்தான்
சரவணப் பொய்கையில் நீராடி துணைத்
தந்தருள் என்பேன் முருகனிடம்...

திரைப்படம் - **இது சத்தியம்**
பாடலாசிரியர் - கவிஞர் **கண்ணதாசன்**

105 கண்தாம் கலுழ்வது எவன்கொலோ தண்டாநோய்
தாம்காட்ட யாம்கண் டது.

- குறள் - 1171

பொருள்

இக் கண்கள் அவரைக் காட்டியதால் அல்லவா நீங்காத இக்காமநோய் யாமும் பெற்றோம். அதே கண்கள் அவரை நினைத்து, காட்டச் சொல்லி அழுவது எதனாலோ?

திரைப்படப் பாடல்

கண்ணாலே பெண்ணை அன்று
கண்டது பாவம்
கண்ட உடன் காதல் நெஞ்சில்
கொண்டது பாவம்
கொண்ட பின்னே பிரிவைச் சொல்லி
வந்தது பாவம்
வெறும் கூடாக பூமியில் இன்னும்
வாழ்வது பாவம் வாழ்வது பாவம்

பல்லாக்கு வாங்கப் போனேன்
ஊர்வலம் போக
நான் பாதியிலே திரும்பி வந்தேன்
தனி மரமாக
மல்லிகைப் பூ வாங்கி வந்தேன்
பெண்ணுக்குச் சூட
அதை மண் மீது போட்டு விட்டேன்
வெய்யிலில் வாட வெய்யிலில் வாட...

திரைப்படம் - **பணக்காரக் குடும்பம்**
பாடலாசிரியர் - கவிஞர் **கண்ணதாசன்**

106 வெள்ளைக் கலையுடுத்து வெள்ளைப் பணிபூண்டு
வெள்ளைக் கமலத்தில் வீற்றிருப்பாள் வெள்ளை
அரியா சனத்தி லரசரோ டென்னைச்
சரியாசனம் வைத்த தாய்.

- காளமேகப் புலவர்

பொருள்

திருமலைராயனின் ஆதரவை நாடிக் காளமேகப் புலவர் அவனது அவையை அடைந்தார். அவர் அமர இருக்கைத் தராமல் அரசன் அவமதித்தான்.

புலவர் கலைவாணியை வேண்ட அரசனின் அரியணை அகன்று காளமேகத்திற்கு அமர இடம் கொடுத்தது. அல்லது அரசருக்கு ஏதிரே அல்லது அருகே இன்னொரு சிம்மாசனம் தோன்றி அமர இடம் கொடுத்தது.

காளமேகப் புலவர் சரசுவதியை அன்னையைத் தாயென வணங்கி வர்ணிக்கிறார்.

சரசுவதி வெள்ளை நிற ஆடையை உடுத்துகின்றவள், வெள்ளை நிற ஆபரணங்களை அணிகின்றவள், அவள் வெள்ளை தாமரையில் வீற்றிருக்கின்றவள்.

அவள் சரஸ்வதி அன்னை. அரசனாகிய திருமலைராயன் புலவர் காளமேகத்தைச் சமநிலையில் வெள்ளை (தூய்மையான) அரியாசனத்தில் அமரக் கருணை புரிந்தாள்.

காளமேகப் புலவரின் இந்தப் பாடலை உள்வாங்கி கவிஞர் கண்ணதாசன் மகாகவி காளிதாஸ் திரைப்படத்தில் இடம்பெற செய்து இருப்பார்.

திரைப்படப் பாடல்

யார் தருவார் இந்த அரியாசனம்?
யார் தருவார் இந்த அரியாசனம்?
புவி அரசோடு எனக்கும் ஒரு சரியாசனம்
யார் தருவார் இந்த அரியாசனம்?
புவி அரசோடு எனக்கும் ஒரு சரியாசனம்
அம்மா யார் தருவார் இந்த அரியாசனம்?

பேர் தரும் நூலொன்றும் கல்லாதவன்
உயர்ந்த பேறு பெரும் இடத்தில் இல்லாதவன்
பேர் தரும் நூலொன்றும் கல்லாதவன்
உயர்ந்த பேறு பெரும் இடத்தில் இல்லாதவன்
சேரும் சபையறிந்து செல்லாதவன்
அங்கு தேர்ந்த பொருள் எடுத்துச் சொல்லாதவன்

தனக்கு யார் தருவார் இந்த அரியாசனம்?
புவி அரசோடு எனக்கும் ஒரு சரியாசனம்?

திரைப்படம் - **மகாகவி காளிதாஸ்**
பாடலாசிரியர் - கவிஞர் **கண்ணதாசன்**

107 பொறியின்மை யார்க்கும் பழியன்று அறிவறிந்து
ஆள்வினை இன்மை பழி.

பொருள்

விதிப் பயன் சரியில்லை என்பது குற்றம் ஆகாது. அறிய வேண்டியவைகளை அறிந்து முயற்சி செய்யாமல் இருப்பதே ஒருவனுக்குப் பழி ஆகும்.

தெய்வத்தான் ஆகாது எனினும் முயற்சிதன்
மெய்வருத்தக் கூலி தரும்.

- குறள் - 619

பொருள்

தெய்வத்தின் அருளாலே கை கூடாது போனாலும் ஒருவன் தன் உடல் வருந்தி முயற்சி செய்வான் ஆனால், அதற்கு உண்டான கூலியை நிச்சயம் பெறுவான்.

திரைப்படப் பாடல்

விதி என்று ஏதும் இல்லை வேதங்கள் வாழ்க்கையில்லை
உடலுண்டு உள்ளமுண்டு முன்னேறு மேலே மேலே
விதி என்று ஏதும் இல்லை வேதங்கள் வாழ்க்கையில்லை
உடலுண்டு உள்ளமுண்டு முன்னேறு மேலே மேலே
முன்னேறு மேலே மேலே

சொல்லாதே யாரும் கேட்டால் எல்லோரும் தாங்க மாட்டார்
சொல்லாதே யாரும் கேட்டால் எல்லோரும் தாங்க மாட்டார்
செல்வாக்கு சேரும் காலம் வீடு தேடி வந்தது

திரைப்படம் - **சொர்க்கம்**
பாடலாசிரியர் - கவிஞர் **கண்ணதாசன்**

108. அழல்போலும் மாலைக்குத் தூதாகி ஆயன்
குழல்போலும் கொல்லும் படை.

- குறள் - 1228

பொருள்

நெருப்பைப் போலச் சுடுகின்ற மாலைப் பொழுதுக்கு, ஆயனின் புல்லாங்குழலின் இசையும் சேர்ந்து கொண்டு என்னைக் கொல்லும் படையாக வருகின்றதே.

திரைப்படப் பாடல்

மாலைப் பொழுது வந்து படைப்போலக் கொல்லும்
மாலைப் பொழுது வந்து படைப்போலக் கொல்லும்
வருவார் வருவார் என்ற சேதியும் சொல்லும்
ஆலிலை போன்ற உடல் ஆசையில் துள்ளும்
ஆலிலை போன்ற உடல் ஆசையில் துள்ளும்
அந்தியிலே இயற்கை என்னையும் வெல்லும்

அன்புள்ள அத்தான் வணக்கம்
அன்புள்ள அத்தான் வணக்கம்
உங்கள் ஆயிழை கொண்டாள் மயக்கம்
அன்புள்ள அத்தான் வணக்கம்
உங்கள் ஆயிழைக் கொண்டாள் மயக்கம்
தென்னவர் கையிருக்கும் திருவாளைப் போலிருக்கும்
தென்னவர் கையிருக்கும் திருவாளைப் போலிருக்கும்
கண்ணிருந்தும் இல்லை உறக்கம்
அன்புள்ள அத்தான் வணக்கம்...

திரைப்படம் - **கைராசி**
பாடலாசிரியர் - கவிஞர் **கண்ணதாசன்**

109. எண்என்ப ஏனை எழுத்துஎன்ப இவ்விரண்டும்
கண்என்ப வாழும் உயிர்க்கு.

- குறள் - 392

பொருள்

எண்ணும், எழுத்தும் இவ்வுலகில் வாழும் மனிதர்களுக்குக் கண் போன்றது. கண் இல்லாமல் வாழலாம். ஆனால் பார்க்க முடியாது. எண்ணும் எழுத்தும் படிக்காமல் வாழலாம். ஆனால் நிறைவாக சிந்திக்க முடியாது. ஒரு சிலரே விதிவிலக்கு.

திரைப்படப் பாடல்

எழுத்தறிவித்தவன் இறைவன் ஆகும்
எண்ணும் எழுத்தும் கண்ணாகும்
எழுத்தறிவித்தவன் இறைவன் ஆகும்
எண்ணும் எழுத்தும் கண்ணாகும்
ஏடும் அறிவும் கூட இருந்தால்
எல்லா நலனும் உண்டாகும்
ஏடும் அறிவும் கூட இருந்தால்
எல்லா நலனும் உண்டாகும்

ஒன்றே ஒன்று உலகம் ஒன்று
உலகில் தெய்வம் ஒன்று
நன்றே நன்று நல்லதைச் செய்து
ஒன்றாய் வாழ்வது நன்று
ஒன்றே ஒன்று உலகம் ஒன்று
உலகில் தெய்வம் ஒன்று
நன்றே நன்று நல்லதைச் செய்து
ஒன்றாய் வாழ்வது நன்று

திரைப்படம் - **குருதட்சனை**
பாடலாசிரியர் - கவியரசு **கண்ணதாசன்**

110. பிறக்கும்பொழுது கொடுவந்ததில்லை பிறந்துமண்மேல்
இறக்கும் பொழுது கொடுபோவதில்லை யிடைநடுவிற்
குறிக்குமிச் செல்வம் சிவன்தந்ததென்று கொடுக்கறியாது
இறக்குங்குலாமருக் கென்சொல்லுவேன்கச்சிஏ கம்பனே.

- பட்டினத்தார்

பொருள்

கச்சி பதிக்கு இறைவனே, இப்பூமியில் பிறக்கும் பொழுது யாதொரு பொன் பொருளும் கொண்டு வந்ததில்லை பிறந்து வாழ்ந்திருந்த சமயத்தில் தேடிய பொருளில் இறக்கும்போது சிறிது கூடக் கொண்டு போவதில்லை இடைப்பட்ட காலத்தில் வந்த பொருட்செல்வம் பரமசிவன் தந்தது என்று அறிந்து இரப்போர்க்கு ஈயாது வீணே வைத்துப் போகின்ற அறிவீனர்களுக்கு நான் சொல்வதென்ன.

திரைப்படப் பாடல் 1

ஆடாத ஆட்டமெல்லாம் போட்டவங்க மண்ணுக்குள்ள
போன கதை உனக்கு தெரியுமா?
நீ கொண்டு வந்ததென்ன நீ கொண்டு போவதென்ன?
உண்மை என்ன உனக்கு புரியுமா?
வாழ்க்கை இங்க யாருக்கும் சொந்தமில்லையே
வந்தவனும் வருபவனும் நிலைப்பதில்லையே
நீயும் நானும் நூறு வருஷம் இருப்பதில்லை பாரு.
ஆடாத ஆட்டமெல்லாம் போட்டவங்க மண்ணுக்குள்ள
போன கதை உனக்கு தெரியுமா?
நீ கொண்டு வந்ததென்ன நீ கொண்டு போவதென்ன
உண்மை என்ன உனக்கு புரியுமா?

திரைப்படம் - **மௌனம் பேசியதே**
பாடலாசிரியர் - **சினேகன்**

திரைப்படப் பாடல் 2

ஓ ஓ ஓ ஓ கிக்கு ஏறுதே
ஓ ஓ ஓ ஓ வெட்கம் போனதே
உள்ளுக்குள்ளே ஞானம் ஊறுதே
உண்மையெல்லாம் சொல்லத் தோணுதே
வெறும் கம்பங்களி தின்னவனும் மண்ணுக்குள்ளே
அட தங்கபஸ்பம் தின்னவனும் மண்ணுக்குள்ளே
இந்த வாழ்க்கை வாழத்தான்
நாம் பிறக்கையில் கையில் என்ன கொண்டு வந்தோம்
கொண்டு செல்ல

தங்கத்தை பூட்டி வைத்தாய்
வைரத்தைப் பூட்டி வைத்தாய்
உயிரை பூட்ட ஏது பூட்டு
குழந்தை, ஞானி இந்த இருவர் தவிர
இங்கே சுகமாய் இருப்பவர், யார் காட்டு
ஜீவன் இருக்கு மட்டும் வாழ்க்கை நமக்கு மட்டும்
இது தான் ஞான சித்தர் பாட்டு
ஜீவன் இருக்கு மட்டும் வாழ்க்கை நமக்கு மட்டும்
இது தான் ஞான சித்தர் பாட்டு
இந்த பூமி சமம் நமக்கு நம் தெருவுக்குள்
மதச் சண்டை ஜாதி சண்டை வம்பெதுக்கு
ஓ ஓ ஓ ஓ கிக்கு ஏறுதே

திரைப்படம் -**படையப்பா**
பாடலாசிரியர் - **வைரமுத்து**

111. ஆரூரரிங்கிருக்க அவ்வூர்த் திருநாளென்று
ஊரூர்கடோறும் உழலுவீர் நேரே
உளக்குறிப்பை நாடாத ஊமர்காள் நீவிர்
விளக்கிருக்கத் தீத்தேடு வீர்.

- பட்டினத்தார்

பொருள்

திருவாரூரில் குடியிருக்கும் இறைவன், நம்மை ஆட்கொள்வான். இதை அறியாத பேதைகள் ஒவ்வொரு ஊராகச் சென்று அவரைத் தேடி அலைவார்கள். உள்ளக் குறிப்பை அறியாத அறிவிலிகள் இதை உணர மறுக்கின்றனர்.

இதையே ஒரு சிலர் உள்ளத்தில் இருக்கும் இறைவனை ஊர்விட்டு ஊர் அலைந்து தேடுவதாகவும் விளங்குவர். நீங்கள் தீபமிருக்க வெறும் தீயை நாடுபவர்கள்.

இதனையே

ஓடி ஓடி ஓடி ஓடி உட்கலந்த சோதியை
நாடி நாடி நாடி நாடி நாட்களும் கழிந்துப் போய்
வாடி வாடி வாடி வாடி மாண்டுபோன மாந்தர்கள்
கோடிகோடி கோடிகோடி எண்ணிறந்த கோடியே

- சிவவாக்கியர்

அகத்திலுள்ள இறைவனைக் காணாமல் புறத்தேயுள்ள புண்ணியத் தலங்களை தரிசிக்கச் செல்வது அறியாமை என்பது சித்தர்களின் வாக்கு

திரைப்படப் பாடல்

இருக்கும் இடத்தை விட்டு இல்லாத இடம் தேடி
எங்கெங்கோ அலைகின்றார் ஞானத்தங்கமே
அவர் ஏதும் அறியாரடி ஞானத்தங்கமே

இருக்கும் இடத்தை விட்டு இல்லாத இடம் தேடி
எங்கெங்கோ அலைகின்றார் ஞானத்தங்கமே
அவர் ஏதும் அறியாரடி ஞானத்தங்கமே

உன்னையே நினைத்திருப்பான்
உண்மையை தான் உரைப்பான்
ஊருக்கு பகையாவான் ஞானத்தங்கமே 2)
அவன் ஊழ்வினை என்ன சொல்வேன் ஞானத்தங்கமே
ஞானத்தங்கமே

இருக்கும் இடத்தை விட்டு இல்லாத இடம் தேடி
எங்கெங்கோ அலைகின்றார் ஞானத்தங்கமே
அவர் ஏதும் அறியாரடி ஞானத்தங்கமே

நஞ்சினை நெஞ்சில் வைத்து
நாவினில் அன்பு வைத்து
நல்லவன் போல் நடிப்பான் ஞானத்தங்கமே
அவன் நாடகம் என்ன சொல்வேன் ஞானத்தங்கமே
ஞானத்தங்கமே 2)

இருக்கும் இடத்தை விட்டு இல்லாத இடம் தேடி
எங்கெங்கோ அலைகின்றார் ஞானத்தங்கமே
அவர் ஏதும் அறியாரடி ஞானத்தங்கமே

தொண்டுக்கென்றே அலைவான்
கேலிக்கு ஆளாவான்
கண்டுக் கொள்வாய் அவனை ஞானத்தங்கமே
தொண்டுக்கென்றே அலைவான்
கேலிக்கு ஆளாவான்
கண்டுக்கொள்வாய் அவனை ஞானத்தங்கமே
அவன் கடவுளில் பாதியடி ஞானத்தங்கமே ஞானத்தங்கமே

இருக்கும் இடத்தை விட்டு இல்லாத இடம் தேடி
எங்கெங்கோ அலைகின்றார் ஞானத்தங்கமே
அவர் ஏதும் அறியாரடி ஞானத்தங்கமே

பிள்ளையைக் கிள்ளிவிட்டு தொட்டிலை ஆட்டிவிட்டு
பிள்ளையைக் கிள்ளிவிட்டு தொட்டிலை ஆட்டிவிட்டு
தள்ளி நின்றே சிரிப்பான் ஞானத்தங்கமே
பிள்ளையைக் கிள்ளிவிட்டு தொட்டிலை ஆட்டிவிட்டு
தள்ளி நின்றே சிரிப்பான் ஞானத்தங்கமே
அவன்தான் தரணியை படைத்தாண்டி ஞானத்தங்கமே
ஞானத்தங்கமே

இருக்கும் இடத்தை விட்டு இல்லாத இடம் தேடி
எங்கெங்கோ அலைகின்றார் ஞானத்தங்கமே
அவர் ஏதும் அறியாரடி ஞானத்தங்கமே

திரைப்படம் - **திருவருட்செல்வர்**
பாடலாசிரியர் - கவிஞர் **கண்ணதாசன்**

112. புலப்பல் எனச்சென்றேன் புல்லினேன் நெஞ்சம்
கலத்தல் உறுவது கண்டு.

- குறள் - 1259

பொருள்

ஊடுவேன் என்று நினைத்துச் சென்றேன். ஆனால் என் நெஞ்சம் என்னை மறந்து அவரோடு சென்று கலந்து விடுவதைக் கண்டு அவரைத் தழுவினேன்.

திரைப்படப் பாடல்

ஊடல் கொண்ட பெண்மை
அங்கே தனியே நின்றது
ஊடல் கொண்ட பெண்மை
அங்கே தனியே நின்றது
கூடல் கொள்ள மன்னன்
உள்ளம் அருகே வந்தது
கூடல் கொள்ள மன்னன்
உள்ளம் அருகே வந்தது
என்னடி விளையாட்டு என்று
சொன்னவன் மொழி கேட்டு
ஆசையில் விழுந்தேன் அங்கே
காலையில் கனவுகள் எங்கே

உன்னிடத்தில் என்னைக் கொடுத்தேன்
உன்னை உள்ளமெங்கும் அள்ளித் தெளித்தேன்
உறவினில் விளையாடி வரும் கனவுகள் பல கோடி
உன்னிடத்தில் என்னைக் கொடுத்தேன்
உன்னை உள்ளமெங்கும் அள்ளித் தெளித்தேன்

திரைப்படம் - **அவளுக்கென்று ஒரு மனம்**
பாடலாசிரியர் - **கவிஞர் கண்ணதாசன்**

113. கரிக்காய் பொரித்தாள் கன்னிக்காயைத் தீத்தாள்
பரிக்காயைப் பச்சடியாய்ப் பண்ணாள் உருக்கமுள்ள
அப்பைக்காய் நெய்துவட்ட லாக்கினாள் அத்தை மகள்
உப்புக் காண் சீச்சீ உமி.

- காளமேகப்புலவர்

பொருள்

அத்தை மகள் சமையல் செய்தாள். அதற்காகக் கரிக்காயைப் பொரித்தாள். கன்னிக்காயை வறுத்தாள் பரிக்காயைப் பச்சடியாகச் செய்தாள். எனக்குப் பிடித்தமான அப்பைக் காயை நெய்து வட்டல் ஆக்கினாள்.

ஆயினும் துரதிஷ்டவசமாக எல்லாவற்றிலும் உப்பு மிகுதியாகி விட்டது. இனி என்ன செய்வது சீசீ உமிழ்ந்துவிடு.

இதோ இந்தப் பாடலின் மறைபொருள்

கரிக்காய் கரி என்றால் யானை. அத்தி என்றாலும் யானை. இங்கே பொரித்தது அத்திக்காயை கன்னிக்காய் – கன்னி என்றால் தெய்வமகள் அரம்பை ஒரு தெய்வமகள் அரம்பைக்கு மற்றொரு பொருள் வாழை. ஆகவே வறுத்தது வாழைக்காயை. பரிக்காய் பரி என்றால் குதிரை. மா என்றாலும் குதிரையைக் குறிக்கும். ஆக மாங்காய் பச்சடி சமைத்தாள்.

அப்பைக் காய் அந்தப் பைக்காய். பை என்றால் பாம்பின் படம் கத்திரிப் பாம்பு என்று ஒரு வகை உண்டு. ஆக நெய்விட்டுத் துவட்டல் செய்தது கத்திரிக்காயை.

அத்திக்காய் காய் காய் ஆலங்காய் வெண்ணிலவே என்ற பாடலைக் கண்ணதாசன் எழுதுவதற்கு காளமேகப் புலவரின் பாடலொன்று உந்துகோலாக இருந்தது என்று படித்தேன். அந்த பாடலைத் தேடி எடுத்து பதிவிட்டுள்ளேன்.

திரைப்படப் பாடல்

அத்திக்காய் காய் காய் ஆலங்காய் வெண்ணிலவே
இத்திக்காய் காயாதே என்னைப் போல் பெண்ணல்லவோ
நீ என்னைப் போல் பெண்ணல்லவோ
அத்திக்காய் காய் காய் ஆலங்காய் வெண்ணிலவே
இத்திக்காய் காயாதே என்னுயிரும் நீயல்லவோ
என்னுயிரும் நீயல்லவோ
அத்திக்காய் காய் காய் ஆலங்காய் வெண்ணிலவே
கன்னிக் காய் ஆசைக்காய் காதல் கொண்ட பாவைக்காய்
அங்கே காய் அவரைக்காய் மங்கை எந்தன் கோவைக்காய்
கன்னிக் காய் ஆசைக் காய் காதல் கொண்ட பாவைக் காய்
அங்கே காய் அவரைக்காய் மங்கை எந்தன் கோவைக்காய்
மாதுளங்காய் ஆனாலும் என்னுளங்காய் ஆகுமோ
என்னை நீ காயாதே என்னுயிரும் நீ அல்லவோ
இத்திக்காய் காயாதே என்னைப் போல் பெண்ணல்லவோ

இரவுக்காய் உறவுக்காய் ஏங்கும் இந்த ஏழைக்காய்
நீயும் காய் நிதமும் காய் நேரில் நிற்கும் இவளைக்காய்
இரவுக்காய் உறவுக்காய் ஏங்கும் இந்த ஏழைக்காய்
நீயும் காய் நிதமும் காய் நேரில் நிற்கும் இவளைக்காய்
உருவங்காய் ஆனாலும் பருவங்காய் ஆகுமோ
என்னை நீ காயாதே என்னுயிரும் நீயல்லவோ

அத்திக்காய் காய் காய் ஆலங்காய் வெண்ணிலவே
இத்திக்காய் காயாதே என்னுயிரும் நீயல்லவோ

ஏலக்காய் வாசனை போல் எங்கள் உள்ளம் வாழக்காய்
சாதிக்காய் பெட்டகம் போல் தனிமை இன்பம் கனியக் காய்

சொன்னதெல்லாம் விளங்காயோ தூது வளங்காய் வெண்ணிலா
என்னை நீ காயாதே என்னுயிரும் நீயல்லவோ

அத்திக்காய் காய் காய் ஆலங்காய் வெண்ணிலவே
இத்திக்காய் காயாதே என்னுயிரும் நீயல்லவோ

உள்ளமெலாம் மிளகாயோ ஒவ்வொரு பேர் சுரைக்காயோ
வெள்ளரிக்காய் பிளந்தது போல் வெண்ணிலவே சிரித்தாயோ

கோதை என்னை காயாதே கொற்றவரைக் காய் வெண்ணிலா
இருவரையும் காயாதே தனிமையிலே காய் வெண்ணிலா

அத்திக்காய் காய் காய் ஆலங்காய் வெண்ணிலவே
இத்திக்காய் காயாதே என்னுயிரும் நீயல்லவோ

திரைப்படம் - **பலே பாண்டியா**
பாடலாசிரியர் - கவிஞர் **கண்ணதாசன்**

114. நனவினால் நல்கா தவரைக் கனவினால்
காண்டலின் உண்டென் உயிர்.

- குறள் - 1213

பொருள்

நேரிலே என்னைக் காணாது துன்பத்திலே ஆழ்த்தும் என் காதலர் கனவிலே வந்து என்னை மகிழ்விப்பதால் நான் இன்னும் உயிரோடு இருக்கின்றேன்.

திரைப்படப் பாடல்

நெஞ்சத்திலே நீ நேற்று வந்தாய்
நேற்று முதல் ஓர் நினைவு தந்தாய்
நெஞ்சத்திலே நீ நேற்று வந்தாய்
நேற்று முதல் ஓர் நினைவு தந்தாய்

நினைவு தராமல் நீ இருந்தால்
கனவுலகில் நான் வாழ்ந்திருப்பேன்

நெஞ்சத்திலே நீ நேற்று வந்தாய்
நேற்று முதல் ஓர் நினைவு தந்தாய்

நூலிடை மீதொரு மேகலையாட
மாலைக் கனிகள் ஆசையில் வாட
நூலிடை மீதொரு மேகலையாட
மாலைக் கனிகள் ஆசையில் வாட
ஏலப்பூங்குழல் இன்னிசை பாட
எண்ணம் யாவும் எங்கோ ஓட
காலையில் உறங்கி மாலையில் எழுந்தால்
கண்கள் இரண்டில் நிம்மதி ஏது நிம்மதி ஏது நிம்மதி ஏது?

நெஞ்சத்திலே நீ நேற்று வந்தாய்
நேற்று முதல் ஓர் நினைவு தந்தாய்
நினைவு தராமல் நீ இருந்தால்
கனவுலகில் நான் வாழ்ந்திருப்பேன்

திரைப்படம் - **சாந்தி**
பாடலாசிரியர் - கவிஞர் **கண்ணதாசன்**

115. நீங்கின் தெறூஉம் குறுகுங்கால் தண்ணென்னும்
தீயாண்டுப் பெற்றாள் இவள்.

- குறள் - 1104

பொருள்

இவள் ஒரு வித்தியாசமான தீ ஆவாள். ஆம் தீ நெருங்கினால் சுடும். விலகினால் குளிரும்.

இவளோ விலகி இருந்தால் நெருப்பாகச் சுடுவாள். அருகில் இருந்தால் குளிர்ச்சியைத் தருவாள்.

திரைப்படப் பாடல்

நினைக்கையில் கொதிப்பாக
அணைக்கையில் குளிராக
நினைக்கையில் கொதிப்பாக
அணைக்கையில் குளிராக
இருப்பவள் இளமேனி
எந்நாளும் உனக்காக
இருப்பவள் இளமேனி
எந்நாளும் உனக்காக
ஆடவர் தொடும் நேரம்
ஆசையில் உருவாகும்
ஆடவர் தொடும் நேரம்
ஆசையில் உருவாகும்
நாடகம் அரங்கேறும்
மேடையும் நீயாகும்
நாடகம் அரங்கேறும்
மேடையும் நீயாகும்
கொஞ்ச நேரம் என்னை மறந்தேன்
வான் மழை தரும் நீரை
வாங்கிய நிலம் போலே
நான் ஒரு சுகம் காண
நேர்ந்தது உன்னாலே
மறைப்பது ஒரு பாதி

மறந்தது ஒரு பாதி
மறைப்பது ஒரு பாதி
மறந்தது ஒரு பாதி
எடுப்பதும் கொடுப்பதும்
நமக்கினி சரி பாதி
எடுப்பதும் கொடுப்பதும்
நமக்கினி சரி பாதி

கொஞ்ச நேரம் நம்மை மறந்தே
குளிர் தென்றல் வர இடம் இல்லை என
ஒன்று சேர்ந்தே சுகம் காண்போம்
ஒன்று சேர்ந்தே சுகம் காண்போம்
கொஞ்ச நேரம் நம்மை மறந்தே

திரைப்படம் - **சிரித்து வாழவேண்டும்**
பாடலாசிரியர் - **கவிஞர் வாலி**

116. பொருந்திய மகளிரொடு வதுவையிற் பொருந்து வாரும்
பருந்தொடு நிழல்சென் றன்ன இயலிசைப் பயன்றுய்ப் பாரும்
மருந்தினு மினிய கேள்வி செவியுற மாந்து வாரும்
விருந்தினர் முகங்கண் டன்ன விழாவணி விரும்புவாரும்.

- கம்பன்

பொருள்

பருவம், வடிவம், குலம், செல்வம் ஆகியவை ஒத்துள்ள பெண்களுடன் ஆண்கள் பொருந்துவார். பருந்தோடு அதன் நிழல் தொடர்வது போல் இயல் இசை பயன்று உய்ப்பாரும், மருந்தைப் போன்ற கேள்வி இனிமையாக செவியில் கேட்போரும், விருந்தினர் முகத்தைக் கண்ட விழா நடத்துபவர் மகிழ்வது போலவும் என்று பொருள்

திரைப்படப் பாடல்

தூக்க மருந்தினை போன்றவை
பெற்றவர் போற்றும் புகழுரைகள் 2)

நோய் தீர்க்கும் மருந்தினை போன்றவை
கற்றவர் கூறும் அறிவுரைகள்
நோய் தீர்க்கும் மருந்தினைப் போன்றவை
கற்றவர் கூறும் அறிவுரைகள் கூறும் அறிவுரைகள்
இந்த பச்சைக்கிளிக்கொரு செவ்வந்தி பூவில்
தொட்டிலை கட்டி வைத்தேன்
அதில் பட்டுதுகிலுடன் அன்னச் சிறகினை
மெல்லென இட்டு வைத்தேன்
நான் ஆராரோ என்று தாலாட்ட
இன்னும் யார் யாரோ வந்து பாராட்ட

திரைப்படம் - **நீதிக்கு தலைவணங்கு**
பாடலாசிரியர் - **புலமைப்பித்தன்**

117. ஈண்டு நானிருந் தின்னுயிர் மாயினும்
மீண்டு வந்து பிறந்துதன் மேனியைத்
தீண்ட லாவதொர் தீவினை தீர்வரம்
வேண்டி னாடொழு தென்று விளம்புவாய்.

- கம்பன்

பொருள்

இங்கே அசோகவனத்திலே, ஒரு வேளை நான் மீட்கப்படாமல் இறந்து போனாலும், மீண்டு வந்து மறுபிறவி எடுத்து அவரை (இராமனை)ச் சேருவேன்.

அதுவரை வேறு எந்தப் பெண்ணையும் நினைக்க வேண்டாம் என்று ஓர் வரம் அவரை வணங்கி வேண்டியதாகக் கூறு.

இந்தக் கருத்தை உள்வாங்கி மகிழ்ந்த கண்ணதாசன் தன் பாடலில் இப்படி எழுதினார்.

திரைப்படப் பாடல்

எங்கே என் காலமெல்லாம் கடந்து விட்டாலும்
ஓர் இரவினிலே முதுமையை நான் அடைந்து விட்டாலும்
மங்கை உன்னை தொட்டவுடன் மறைந்து விட்டாலும்
நான் மறுபடியும் பிறந்து வந்து மாலை சூடுவேன்
பாவாடை தாவணியில் பார்த்த உருவமா
இது பூவாடை வீசி வர பூத்த பருவமா
பாவாடை தாவணியில் பார்த்த உருவமா...

திரைப்படம் - **நிச்சயதாம்பூலம்**
பாடலாசிரியர் - கவிஞர் **கண்ணதாசன்**

118. **இடுக்கண் வருங்கால் நகுக அதனை**
அடுத்தூர்வது அஃதொப்பது இல்.

- குறள் - 621

பொருள்

துன்பம் வரும்போது அதற்காக வருந்தாமல் சிரிக்க வேண்டும். அதுவே அத்துன்பத்தை எதிர்கொண்டு மன தைரியத்தால் அதனை வெல்வதற்கான வழியாகும்.

திரைப்படப் பாடல்

துன்பம்வரும் வேலையிலே சிரிங்க
என்று சொல்லி வெச்சார் வள்ளுவர் சரிங்க
துன்பம் வரும் வேலையிலே சிரிங்க
என்று சொல்லி வெச்சார் வள்ளுவர் சரிங்க
பாம்பு வந்து கடிக்கையில் பாழும் உடல் துடிக்கையில்
யார் முகத்தில் பொங்கிவரும் சிரிப்பு
இது கீழ்ப்புறத்தில் இனிப்பு மேல்புறத்தில் கசப்பு
பட்டினத்தார் கையில் உள்ள கரும்பு - இது
பட்டினத்தார் கையில் உள்ள கரும்பு
நான் சிரிக்கிறேன் சிரிக்கிறேன் சிரிப்பு வரலே
நான் அழுகுறேன் அழுகுறேன் அழுகே வரலே

திரைப்படம் - **ராஜபார்ட் ரங்கதுரை**
பாடலாசிரியர் - கவிஞர் **கண்ணதாசன்**

119. மண்ணாசைப் பட்டேனை மண்ணுண்டு போட்டதடா
பொன்னாசை பெண்ணாசை போகேனே யென்குதே

- பட்டினத்தார்

பொருள்

மண்ணிடத்து ஆசை வைத்த என்னை அம்மண்ணே சாப்பிட்டு விட்டது. பொன்னாசையும் பெண்ணாசையும் நீங்க மாட்டேன் என்கிறதே.

திரைப்படப் பாடல்

மண்ணின் மீது மனிதனுக்கு ஆசை
மனிதன் மீது மண்ணுக்கு ஆசை
மண்ணின் மீது மனிதனுக்கு ஆசை
மனிதன் மீது மண்ணுக்கு ஆசை
மண் தான் கடைசியில் ஜெயிக்கிறது இதை
மனம் தான் உணர மறுக்கிறது
கையில் கொஞ்சம் காசு இருந்தால்
நீ தான் அதற்கு எஜமானன்
கழுத்து வரைக்கும் காசு இருந்தால்
அது தான் உனக்கு எஜமானன்
வாழ்வின் அர்த்தம் புரிந்துவிடு
வாழ்க்கையை வாரிக் குடித்துவிடு

ஒருவன் ஒருவன் முதலாளி
உலகில் மற்றவன் தொழிலாளி
விதியை நினைப்பவன் ஏமாளி
அதை வென்று முடிப்பவன் அறிவாளி
பூமியை வெல்ல ஆயுதம் எதற்கு
பூப்பறிக்க கோடரி எதற்கு
பொன்னோ பொருளோ போர்க்களம் எதற்கு
ஆசை துறந்தால் அகிலம் உனக்கு

திரைப்படம் - **முத்து**
பாடலாசிரியர் - **வைரமுத்து**

120. மலரினும் மெல்லிது காமம் சிலர் அதன்
செவ்வி தலைப்படு வார்.

- குறள் - 1289

பொருள்

காம இன்பமானது மலரையும் விட மென்மைத் தன்மையானதாகும். அதனுடைய நுகரும் இயல்பினை அறிந்து பெறுவோர் ஒரு சிலரே ஆவர்.

திரைப்படப் பாடல் 1

நான் காதலென்னும் கவிதை சொன்னேன்
கட்டிலின் மேலே
அந்தக் கருணைக்கு நான்
பரிசு தந்தேன் தொட்டிலின் மேலே 2)
நீரோடும் வைகையிலே நின்றாடும் மீனே
நெய்யூறும் கானகத்தில் கை காட்டும் மானே
தாலாட்டும் வானகத்தில் பாலூட்டும் வெண்ணிலவே
தெம்மாங்கு பூந்தமிழே தென்னாடன் குலமகளே

திரைப்படம் - **பார் மகளே பார்**
பாடலாசிரியர் - கவிஞர் **கண்ணதாசன்**

திரைப்படப் பாடல் 2

எட்டாத உயரத்தில் நிலவை வைத்தவன் யாரு?
கையோடு சிக்காமல் காற்றை வைத்தவன் யாரு?
இதை எண்ணி எண்ணி இயற்கையை வியக்கிறேன்
எட்டாத உயரத்தில் நிலவை வைத்தவன் யாரு?
பெண்ணே பெண்ணே
பூங்காற்றே அறியாமல் பூவை திறக்க வேண்டும்
பூக்கூட அறியாமல் தேனை ருசிக்க வேண்டும்
பூங்காற்றே அறியாமல் பூவை திறக்க வேண்டும்
பூக்கூட அறியாமல் தேனை ருசிக்க வேண்டும்
அட உலகை ரசிக்க வேண்டும்
நான் உன் போன்ற பெண்ணோடு

வெண்ணிலவே வெண்ணிலவே
விண்ணை தாண்டி வருவாயா
விளையாட ஜோடி தேவை
இந்த பூலோகத்தில் யாரும்
பார்க்கும் முன்னே உன்னை
அதிகாலை அனுப்பி வைப்பேன்.

திரைப்படம் - **மின்சார கனவு**
பாடலாசிரியர் - கவிஞர் **வைரமுத்து**

121. போற்றிசைத் தும்புகழ்ந் தும்புனிதன் அடி
தேற்றுமின் என்றும் சிவனடிக்கே செல்வம்
ஆற்றியது என்று மயலுற்ற சிந்தயை
மாற்றிநின் றார் வழிமண்ணி நின்றானே

- திருமந்திரம் 24

பொருள்

இறைவன் திருவடியை தினமும் போற்றிப் புகழ்ந்து பேசுங்கள். தான் உழைத்து ஈட்டியப் பொருளனைத்தும் தனக்கே உரியது என்றும், தாம் உடைமை என்றும் மயங்காது, உண்மை நிலையை உணர்ந்து சிவன் தந்ததே என்றும், சிவனடிக்கே என்றும் வாழ்பவர்களை இறைவனே நெருங்கி வந்து நல்லருள் புரிவான்.

திரைப்படப் பாடல்

பொன்னும் பொருளும் மூட்டைக் கட்டிப்
போட்டு வச்சாரு
இவரு போன வருஷம் மழையை
நம்பி விதை விதைச்சாரு
பொன்னும் பொருளும் மூட்டைக் கட்டிப்
போட்டு வச்சாரு
இவரு போன வருஷம் மழையை
நம்பி விதை விதைச்சாரு
ஏட்டு கணக்கை மாத்தி மாத்தி
எழுதி வச்சாரு
ஈசன் போட்ட கணக்கு மாறவில்லை
போய் விழுந்தாரு
ஈசன் போட்ட கணக்கு மாறவில்லை
போய் விழுந்தாரு
பார்த்தா பசுமரம் படுத்துவிட்டா நெடுமரம்
சேர்த்தா விறகுக்காகுமா ஞான தங்கமே
தீயிலிட்டா கரியும் மிஞ்சுமா

திரைப்படம் - **திருவிளையாடல்**
பாடலாசிரியர் - கவிஞர் **கண்ணதாசன்**

122. அனிச்சப்பூக் கால்களையாள் பெய்தாள் நுசுப்பிற்கு
நல்ல படாஅ பறை.

- குறள் - 1115

பொருள்

அனிச்சப் பூக்களைக் காம்பு களையாமல் தலையில் சூடிக்கொண்டாள். அதன் பாரம் தாங்காமல் அவள் இடுப்பு ஒடிய, மங்கள இசை இனி ஒலிக்காது என்று பொருள்படும். காம்பின் பாரம் தாங்காமல் என் காதலி நோய்வாய்ப்பட்டாள்.

திரைப்படப் பாடல்

மலருக்கு பதிலாக நடையை வைத்து கண்ணதாசன் எழுதிய பாடல்...

ஆஹா மெல்ல நட மெல்ல நட மேனி என்னாகும்
ஆஹா மெல்ல நட மெல்ல நட மேனி என்னாகும்
முல்லை மலர் பாதம் நோகும்
உந்தன் சின்ன இடை வளைந்தாடும்
வண்ணச் சிங்காரம் குலைந்துவிடும்

ஆஹா மெல்ல நட மெல்ல நட மேனி என்னாகும்

திரைப்படம் - **புதிய பறவை**
பாடலாசிரியர் - கவிஞர் **கண்ணதாசன்**

123. எப்பொருள் யார்யார்வாய்க் கேட்பினும் அப்பொருள்
மெய்ப்பொருள் காண்ப தறிவு.

- குறள் - 1115

பொருள்

எந்தவொரு பொருளை எவரெவர் வாய்க் கேட்பினும் அப்பொருளின் உண்மைத் தன்மையை காணும் வல்லமை உடையது அறிவாகும்.

திரைப்படப் பாடல்

கண்ணை நம்பாதே உன்னை ஏமாற்றும்
உன்னை ஏமாற்றும் நீ காணும் தோற்றம்
உண்மை இல்லாதது
அறிவை நீ நம்பு உள்ளம் தெளிவாகும்
அடையாளம் காட்டும் பொய்யே சொல்லாதது

கண்ணை நம்பாதே உன்னை ஏமாற்றும்
நீ காணும் தோற்றம்
உண்மை இல்லாதது
அறிவை நீ நம்பு உள்ளம் தெளிவாகும்
அடையாளம் காட்டும் பொய்யே சொல்லாதது

திரைப்படம் - **நினைத்ததை முடிப்பவன்**
பாடலாசிரியர் - **மருதகாசி**

**124. ஆண்டாண்டு தோறும் அழுது புரண்டாலும்
மாண்டார் வருவாரோ மாநிலத்தீர் - வேண்டாம்
நமக்கும் அது வழியே நாம் போம் அளவும்
எமக்கு என் என்று இட்டு உண்டு இரும்.**

நல்வழி 10 - **ஔவையார்**

பொருள்

வருடந்தோறும் அழுது புரண்டாலும் இறந்தவர் எழுந்து வருவாரோ? வரமாட்டார். நமக்கும் அதைப் போல மரணமே வழியாகும். நாம் இறக்கும் வரை எமக்கு என்ன தொடர்பு இருக்கிறது என்று எண்ணி பிறருக்கு வழங்கி, நாம் நன்றாகச் சாப்பிட்டுக் கவலையற்று இருப்போமாக.

திரைப்படப் பாடல்

இரவல் தந்தவன் கேட்கின்றான் அதை
இல்லை என்றால் அவன் விடுவானா?
உறவைச் சொல்லி அழுவதனாலே
உயிரை மீண்டும் தருவானா?
கூக்குரலாலேக் கிடைக்காது
இது கோர்ட்டுக்குப் போனால் ஜெயிக்காது
அந்தக் கோட்டையில் நுழைந்தால் திரும்பாது

போனால் போகட்டும் போடா
போனால் போகட்டும் போடா
இந்த பூமியில் நிலையாய் வாழ்ந்தவர் யாரடா

திரைப்படம் - **பாலும் பழமும்**
பாடலாசிரியர் - கவிஞர் **கண்ணதாசன்**

125 காக்கை கரவா கரைந்துண்ணும் ஆக்கமும்
அன்ன நீரார்க்கே உள.

- குறள் - 527

பொருள்

காக்கைத் தனக்கு கிடைத்த உணவை மறைக்காமல் தன் இனத்தை அழைத்து உண்ணும். செல்வமும் அப்பேர்ப்பட்ட குணமுடையவரிடமே காணப்படும்.

திரைப்படப் பாடல்

கா கா கா, கா கா கா
ஆகாரம் உண்ண எல்லோரும்
ஒன்றாக அன்போடு ஓடிவாங்க
ஆகாரம் உண்ண எல்லோரும்
ஒன்றாக அன்போடு ஓடிவாங்க
என்ற அனுபவப் பொருள் விளங்க
காக்கை அண்ணாவே நீங்கள்
அழகான வாயால் பண்ணாகப் பாடுவீங்க
காக்கை அண்ணாவே நீங்கள்
அழகான வாயால் பண்ணாகப் பாடுவீங்க
காக்காவென ஒன்றாகக் கூடுவீங்க
வாங்க கா கா கா.

திரைப்படம் - **பராசக்தி**
பாடலாசிரியர் - **உடுமலை நாராயண கவி**

www.ingramcontent.com/pod-product-compliance
Lightning Source LLC
LaVergne TN
LVHW100304051026
849517LV00006B/2182